நூல்வெளி நாட்டினர்

ஒரு நாடு. ஓர் உலகம். சில மனிதர்கள்

நூல்வெளி நாட்டினர்

ஒரு நாடு. ஓர் உலகம். சில மனிதர்கள்

நஸீமா ரஸாக்

ZDP
SPECIFICS

Title: Noolveli Nattinar
Author's Name: Nazeema Razak

Published by ZDP Specifics

ZDP
SPECIFICS

(An imprint of Zero Degree Publishing)
No.75 & 76, I Floor, Kuppusamy Street,
Balaji Nagar, Padi,
Chennai - 600050

Website: www.zerodegreepublishing.com
E Mail id: zerodegreepublishing@gmail.com
Phone: 89250 61999

ZDP Specifics First Edition: May 2026
ISBN: 978-93-47206-91-7
TITLE NO ZDPS:142

Cover Design & Layout: Vijayan, Creative Studio

நன்றி

மெட்ராஸ் பேப்பர் வாசகர்கள் – ஆசிரியர் பா. ராகவன் – என்.பாலாஜி

பொருளடக்கம்

1. முகம்மது பின் ராஷித் நூலகம்

துபாய் நகரத்தைக் கழுகுப் பார்வையால் கவனித்தால் ஆங்காங்கே சிறியதும் பெரியதுமாகப் பல நூலகங்கள் தட்டுப்படும். அதில் தனித்துத் தெரிவது, ஒரு திறந்த புத்தகத்தின் வடிவில் பிரம்மாண்டமாக வீற்றிருக்கும் முகம்மது பின் ராஷித் நூலகம். ஏழு தளங்களைக் கொண்ட அந்த வளாகத்துக்குள் ஒவ்வொரு வாசகருக்கும் அவரவர் தேர்வுக்கேற்ப ஒரு தனி உலகம் காத்திருக்கிறது. வாரத்திற்கு இருமுறை நூலகம் செல்ல வேண்டும் என்கிற எனது சபதம், வேலைப்பளுவுக்கு இடையிலும் நிறைவேறி வருவது எனக்குப் பெரும் நிம்மதி.

அப்படியொரு புதன்கிழமை. முதல் தளத்திலிருந்த பொது நூலகத்தில் தஞ்சம் புகுந்திருந்தேன். அங்கிருந்த ஒவ்வொரு இருக்கையும் சிம்மாசனத்தைப் போலவே கம்பீரமாக இருக்கும். மெத்தென்ற சோஃபாக்கள், மேஜையுடன் இணைந்த நாற்காலிகள் என்று பலதரப்பட்ட வசதிகள் அங்கே விரவிக் கிடந்தன. நான் ஓர் இருக்கையைத் தேர்ந்தெடுத்து அமர்ந்தேன். அன்று வாசிப்பதை விட, என் புதிய நாவலின் முதல் அத்தியாயத்தைத் தொடங்கிவிடும் முனைப்பில் இருந்தேன்.

அப்போதுதான், இருபதுகளில் ஒரு பெண் எனக்கு அருகே வந்து அமர்ந்தாள். அடர் கோதுமை நிறத்தில் லேசாக மை கலந்த மேனி. முகத்திற்குப் பொருத்தமான சிறிய மூக்கும், எடுப்பான

உதடுகளும் அவளுக்குப் பழங்குடி அழகைச் சேர்த்தன. தலையோடு ஒட்டிப் பின்னப்பட்டிருந்த விரல் தடிமனான சடைகள், அவள் கலாச்சாரத்தின் அடையாளத்தைச் சுமந்து நின்றன.

துறுதுறுவென எதையோ தேடிய அவள் கண்கள் என்னைக் கண்டதும் புன்னகைத்தன. பதிலுக்கு நானும் புன்னகைக்க, மெல்ல அருகில் வந்தவள், 'சுய முன்னேற்றப் புத்தகங்கள் *(Self-help books)* எங்கே கிடைக்கும்?' என்று மெல்லிய குரலில் வினவினாள். நான் வழிகாட்ட, சற்று நேரம் கழித்து ஒரு புத்தகத்தோடு வந்து அமர்ந்தாள்.

இந்த ஓராண்டில் பலமுறை அவளை அங்கே பார்த்திருக்கிறேன். எங்கள் இருவருக்கும் முகம் பரிச்சயமாகி, சிறு புன்னகை, நலம் விசாரிப்பு எனத் தொடங்கி ஒரு நட்பு மலர்ந்தது. அவள் பெயர் ஹனீஃபா. நைஜீரியாவின் சாச்சோ கிராமத்திலிருந்து பிழைப்புத் தேடி துபாய் வந்தவள். ஒரு தூய்மைப் பணி நிறுவனத்தில் அவளுக்கு வேலை. கைபேசிச் செயலி வழியாக வரும் அழைப்புகளுக்கு ஏற்ப ஊர் முழுக்கச் சுழன்று வேலை செய்யும் ஒரு குழுவில் இவளும் ஒருத்தி. சுத்தம் செய்யத் தேவையான உபகரணங்கள், திரவங்கள் வரை சகலத்தையும் சுமந்து வரும் அந்த நிறுவனத்தின் வாகனம், அடுத்த வேலை வரும் வரையிலான இடைவெளியில் அவளை இந்த நூலகத்தில் இளைப்பாற விட்டுச் செல்லும்.

'ஏன் எப்பவும் இந்தப் பொது நூலகத்துக்கே வர்றீங்க? மத்த தளங்களையும் போய்ப் பாருங்களேன்' என்றேன் ஒருமுறை.

'என் மனசுக்குத் தேவையானது இங்கேயே கிடைக்குதே, அப்புறம் எதுக்குக் கிடைக்கிற இந்த ஒருமணி நேரத்தை வீணாக்கணும்?' என்று தீர்க்கமாகச் சொன்னாள். அன்று அவள் படித்துக் கொண்டிருந்தது 'தி பவர் ஆஃப் பாசிடிவ் திங்கிங்'. ஆனால் அவள் பகிர்ந்துகொண்ட சாச்சோ கிராமத்தின் கதைகள் எதிர்மறை எண்ணங்களின் உச்சமாக இருந்தன.

அவளுடைய கிராமத்தில் கொள்ளையர்கள் பெண்களைக் கடத்திச் செல்வது அன்றாடம் நடக்கும் கொடுமை. காடுகளுக்குள் பதுங்கியிருக்கும் அந்தக் கும்பல், திருமணச் சடங்குகளுக்காகத் தோழிகளுடன் மணமகள் கூடி இருக்கும் நேரத்தைப் பயன்படுத்திக் கொள்கிறது. பள்ளிகளிலிருந்தும் மாணவிகளைக் கொத்துக்

கொத்தாகத் தூக்கிச் செல்கிறார்கள். கேட்ட பணத்தைக் கொடுத்து மீட்கப்பட முடியாத பெண்கள் அடிமைகளாகவோ, கட்டாயத் திருமணத்திலோ சிக்கிச் சீரழிவார்கள். சில நேரங்களில் கொலைகளும் நடக்கும்.

'எங்க ஊர்ல அரசாங்கம் எவ்வளவோ போராடுது' எனத் தன் கையில் இருந்த புத்தகத்தின் அட்டையை மெல்ல வருடியபடி ஹனீஃபா தொடர்ந்தாள்.

'ராணுவ வீரர்கள் தங்கள் உயிரைப் பணயம் வச்சு அடர்ந்த காட்டுக்குள்ள புகுந்து எத்தனையோ பொண்ணுங்களை மீட்டுக்கொண்டு வர்றாங்க. அப்படித் திரும்பி வர்ற பொண்ணுங்களுக்காக அரசாங்கம் தனி முகாம்கள் அமைச்சு, தையல் வேலை சொல்லிக்கொடுத்து, அவங்க மறுபடியும் புதுசா வாழ வழி பண்ணித் தர்றாங்க.'

'பாதுகாப்பான பள்ளிகள் திட்டம்ன்னு ஒண்ணு கொண்டு வந்து ஒவ்வொரு ஸ்கூலுக்கும் ராணுவப் பாதுகாப்பு கொடுத்தாலும், அந்தத் துப்பாக்கி ஏந்துன கும்பல் பதுங்கிப் பதுங்கி வந்து பிள்ளைங்களைத் தூக்கிட்டுப் போறதை யாராலயும் முழுசா தடுக்க முடியலை' என்று சொல்லும்போது அவள் குரல் கம்மியது.

தொடர்ந்து, ஹனீஃபாவின் பக்கத்து வீட்டுப் பெண் பன்னிரண்டு வயதில் கடத்தப்பட்ட நிகழ்வையும் விவரித்தாள். அந்தப் பெண் மீண்டு வந்தபோது அவளுடைய தாய் அந்த மன அழுத்தத்திலேயே உயிரைவிட்டிருந்தார். பெண்கள் படிக்கக் கூடாது என்று எண்ணும் சில மதவாதக் கும்பல்கள் இதுபோன்ற கடத்தலில் ஈடுபடுகின்றன. மீட்கப்பட்ட பெண்களில் சிலர் கர்ப்பமாகத் திரும்பி வந்த கதைகளும் உண்டு.

இவர்களின் பிடியிலிருந்து தன் மகளைக் காக்க ஹனீஃபாவின் தாய் தன் நிலத்தை விற்று அவளைத் துபாய்க்கு அனுப்பி வைத்தார். இங்கே அவளை யாரும் கடத்தப்போவதில்லை என்றாலும் தனிமை அவளை வாட்டுகிறது. அந்தத் தனிமைக்கு மருந்தாகத்தான் அவள் நூலகத்தைப் பற்றிக்கொண்டாள். அவள் வாசிக்கும் இந்தப் புத்தகங்கள் என்றாவது ஒருநாள் அவளைக் கரைசேர்க்கும் என்று நானும் நம்புகிறேன்.

2. நான் ஒரு குர்த்

நூலகத்தின் பின்புறம் இருக்கும் புல்வெளியில் அவ்வப்போது சில கலைநிகழ்வுகள் நடப்பதுண்டு. ஒரு மாலை வேளையில் அதுபோன்றதொரு நிகழ்வில் தற்காலிகமாக இரண்டு சிறிய உணவகங்கள் அமைக்கப்பட்டிருந்தன. ஒரு கடையில் காபி மணம் காற்றில் மிதக்க, அதைவிடவும் அங்கு அடுக்கி வைக்கப்பட்டிருந்த பக்லவாக்களின் வாசனை என்னைச் சுண்டி இழுத்தது. நெய்யில் குளித்து, பொன்னிறமாய் மின்னிய அந்தப் பக்லவாக்களின் மேல் பச்சை நிறப் பிஸ்தா பருப்புகள் தூவப்பட்டிருந்தன. பார்ப்பதற்கு ஒரு கலைப் படைப்புப்போல இருந்த அந்த இனிப்புகள் நாவில் எச்சிலை ஊறவைத்தன.

அங்கு நின்றிருந்த ஓர் இளைஞன் என்னிடம் ஒரு துண்டு பக்லவாவை நீட்டி, 'இதைச் சுவைத்துப் பாருங்கள்' என்றான். அவன் பெயர் அய்லான். மிக நேர்த்தியான உடை, கனிவான பேச்சு என ஒரு தேர்ந்த விற்பனையாளனைப் போலத் தெரிந்தான்.

'துருக்கியோட பக்லவாவை அடிச்சிக்க உலகத்துல வேற இனிப்பே இல்லை' என்று எனக்குப் பிடித்த அந்த இனிப்பை வாங்கியபடி சொன்னேன். அவன் முகம் உற்சாகத்தில் மலர்ந்தது.

'பக்லவான்றது வெறும் இனிப்பு மட்டும் இல்ல மேடம். இது ஒரு சாம்ராஜ்யத்தோட கௌரவம்' என்றான். நிகழ்வு தொடங்க இன்னும் நேரமிருந்ததால் அந்தப் பேச்சை அப்படியே தொடர்ந்தேன்.

'அதென்ன கௌரவம்? எனக்கு இதோட சுவை மட்டும்தான் தெரியும்' என்றேன் சிரித்தபடி.

அவன் கண்கள் விரிந்தன. 'பதினைந்தாம் நூற்றாண்டுல இஸ்தான்புல்லோட 'டாப்காபி' அரண்மனைச் சமையலறையிலதான் பக்லவா உருவாச்சு. அன்றைய சுல்தான்கள் ரொம்பக் கடுமையானவங்க. ஒரு பக்லவா தட்டுல குறைந்தது நாற்பது அடுக்குகள் இருக்கணும்ன்றது கட்டாய விதி. அதுக்கு மேல ஒரு தங்க நாணயத்தைப் போட்டா, அது அத்தனை அடுக்குகளையும் துளைச்சுக்கிட்டு தட்டோட அடியில 'டங்'னு ஒரு சத்தத்தோட விழணும். அந்த மொறுமொறுப்புச் சத்தத்துலதான் சுல்தானோட புன்னகையே அடங்கியிருக்கும்' என்று அவன் சொன்னதைக் கேட்டபடி பக்லவாவைச் சுவைத்தேன்.

அதன் மெல்லிய அடுக்குகள் ஒவ்வொன்றாக நாவில் கரைந்து மிக மெல்லிய இனிப்புச் சுவை கொஞ்சம் கொஞ்சமாக நாவில் படர்ந்தது. அய்லான் பேசிக்கொண்டிருந்தான்.

'சொல்லப்போனா, நான் துருக்கியன் இல்லை மேடம், நான் ஒரு குர்த் *(Kurd)*.'

நான் சுவைத்துக்கொண்டிருந்த பக்லவாவின் இனிப்பு சட்டென்று குறைந்தது. அய்லான் ஒரு நீண்ட பெருமூச்சுடன் வரலாற்றின் கசப்பான பக்கத்தைப் புரட்டினான்.

ஓர் இனம், நிலம் இல்லாமல் முதல் உலகப் போர் முதல் தவித்துக் கொண்டிருக்கிறது என்றால், அது குர்து இனம்தான். முதல் உலகப் போரின் முடிவில், தோற்கடிக்கப்பட்ட ஓட்டோமான் சாம்ராஜ்யத்தை எப்படிப் பிரிப்பது என்பதைத் தீர்மானிக்க ஒப்பந்தம் போடப்பட்டது. அதற்கு, 'செவ்ரெஸ் ஒப்பந்தம்' என்று பெயரையும் வைத்தார்கள். குர்துகளுக்குத் தனி தேசம் என்று ஃபிரான்ஸ் போன்ற சர்வதேச நாடுகள் கூடி முடிவெடுத்தார்கள். மக்களும் நம்பிக்கையாக இருந்தார்கள். துருக்கி விடுதலைப் போரில் வெற்றி பெற்றது. அதோடு ஒப்பந்தக் காகிதம் குப்பையில் போடப்பட்டது.

அதற்குப் பதில் 1923இல் இன்னொரு ஒப்பந்தம். அதற்கும் பெயர் வைக்க மறக்கவில்லை. அதன் பெயர், 'லோசான் ஒப்பந்தம்.' அதில் 'குர்திஸ்தான்' அல்லது குர்துகளின் தனிப்பட்ட உரிமைகள்

குறித்த எந்தக் குறிப்பும் இல்லை. குர்துகள் வாழும் நிலப்பரப்பு துருக்கி, இராக், சிரியா, இரான் என நான்கு நாடுகளாகப் பிரிக்கப்பட்டது. ஒரே இரவில் அவர்கள் தங்கள் சொந்த நிலத்திலேயே அதிகாரபூர்வமற்ற மனிதர்களாக மாற்றப்பட்டனர்.

அவர்கள் நிலத்தின் வரலாறு பற்றி எனக்கும் சிறிது தெரிந்திருக்கிறது என்பது அவனுக்கு ஆறுதலாக இருந்தது.

‘இன்னமும் எங்கள் மொழியைப் பேசத் தடை உள்ளது. ஒரு மனிதனிடம் இருந்து மொழியை எடுத்துவிட்டால் அவனிடம் என்ன மிஞ்சும்? எங்களை ‘மலைத் துருக்கியர்கள்’ என்று அழைத்து எங்கள் அடையாளத்தையே துடைக்கப் பார்த்தார்கள்’ என்றான்.

‘துருக்கியின் தென்கிழக்குப் பகுதியில் இன்றும் எங்கள் மக்களின் போராட்டக் குரல்களும், அதற்குப் பதிலடியாக வரும் துப்பாக்கிச் சத்தங்களும் ஓய்ந்தபாடில்லை. துருக்கியின் தென்கிழக்குப் பகுதியில் குர்திஸ்தான் வொர்கர்ஸ் பார்ட்டி போன்ற அமைப்புகள் தன்னாட்சி உரிமை கேட்டுப் போராடுகிறார்கள். ஆனால் அவர்களைத் துருக்கிய அரசு தீவிரவாத இயக்கம் என்று தடை செய்கிறது.’

‘அதுமட்டுமின்றி, எங்கள் மக்கள் சிரியாவின் வடக்குப்பகுதியில் ‘ரோஜாவா’ என்ற தன்னாட்சிப் பிராந்தியத்தை அமைத்து, ஐ.எஸ்.ஐ.எஸ் தீவிரவாதிகளுக்கு எதிராகப் போரிட்டு உலகையே வியக்கவைத்தார்கள். குறிப்பாக, குர்துப் பெண்களின் ஆயுதம் ஏந்திய போராட்டம் நவீன வரலாற்றின் ஒரு முக்கியப் பக்கம். ஆனாலும், துருக்கியின் தற்போதைய அரசு இவர்களையும் பயங்கரவாதிகளாகவே பார்க்கிறது. தங்கள் எல்லையை ஒட்டியிருக்கும் சிரிய நிலப்பரப்பிலும் குர்துகள் வளர்வதை அரசு அச்சுறுத்தலாகப் பார்க்கிறது.’

துருக்கியக் காபியை ஆவிபறக்கக் காகிதக் கோப்பையில் ஊற்றியபடி, ‘எங்கள் நிலத்தில் ஜனநாயகத்தைப் பேசுபவர்கள் சிறையில் அடைக்கப்படுகிறார்கள். ஒடுக்குமுறைக்கும் வறுமைக்கும் பயந்துதான் என்னைப்போல ஆயிரக்கணக்கான இளைஞர்கள் அமீரகத்துக்கும் ஐரோப்பாவுக்கும் பிழைப்புத் தேடி ஓடி வருகிறோம். நாற்பது அடுக்கு பக்லவாவை விடவும் எங்கள் துயரத்தின் அடுக்குகள் மிக அதிகம் மேடம்.’

ஒரு நாட்டின் வரலாறு அதன் அரண்மனை இனிப்புகளில் இல்லை. அந்த இனிப்பைச் செய்துவிட்டுக் கசப்பான வாழ்வை வாழும் அய்லான் போன்ற இளைஞர்களின் வாழ்க்கையில் உறைந்துகிடக்கிறது.

நிகழ்வு தொடங்குவதற்கான அறிவிப்பு கேட்டது. நான் அந்தப் பக்லவாவுக்கான தொகையைச் செலுத்திவிட்டு விடைபெற்றேன். அய்லான் மீண்டும் அடுத்த வாடிக்கையாளரை வரவேற்கத் தயாரானான்.

3. ஆலிவ் இருக்கும்வரை...

நூலகத்தின் இன்ஃபர்மேட்டிக்ஸ் பிரிவு வழக்கமான அமைதியில் ஆழ்ந்திருந்தது. அந்த நிசப்தத்தைப் பிளப்பது போல விசைப்பலகைகளின் தட்டச்சு சத்தங்கள் மட்டும் சீராகக் கேட்டுக்கொண்டிருந்தன. மேஜை ஒன்றில் இளைஞன் ஒருவன் மும்முரமாக எதையோ தட்டச்சு செய்துகொண்டிருந்தான். அவனது மேஜையில் அரபு மொழிக் கவிதை நூல்களும், சர்வதேசச் சட்டப் புத்தகங்களும் சிதறிக் கிடந்தன. அவன் பெயர் ஜியாத்.

அவன் தட்டச்சு செய்துகொண்டிருந்தது கவிதை என்பதை எதேச்சையாகக் கவனித்து, மெல்லப் பேச்சு கொடுத்தேன். பாலஸ்தீனத்தில் உள்ள காஸாவாசி என்று தன்னை அறிமுகம் செய்துகொண்டான். அதைக் கேட்டதும் அனிச்சையாக 'அங்கு இப்போது நிலைமை எப்படி இருக்கிறது?' என்றேன்.

'அல்ஹம்துலில்லாஹ் (புகழ் அனைத்தும் இறைவனுக்கு) ஊடகங்கள் உங்களுக்குப் போரையும் சாவையும் மட்டும்தான் காட்டுகின்றன மேடம். ஆனால் அந்த இடிபாடுகளுக்கு நடுவிலும் நாங்கள் எங்களது வாழ்க்கையை எப்படி வாழ்கிறோம் என்பதை யாருமே பார்ப்பதில்லை' என்றான்.

தன் அலைபேசியில் ஒரு புகைப்படத்தைக் காட்டினான். அது ஒரு திருமண நிகழ்வு. இடிந்து விழுந்த கட்டடத்தின் சிதைவுகளுக்கு முன்னால், இளைஞர்கள் கைகோத்து வட்டமாக நின்று உற்சாகமாக நடனமாடிக்கொண்டிருந்தனர்.

‘இதற்குப் பெயர் தாப்கே *(Dabke)*. எங்களுடைய பாரம்பரிய நடனம். பல நூற்றாண்டுகளாக லெவண்ட் பகுதிகளில் ஆடப்படுகிறது.’

தாப்கேவைப் பற்றிக் கேட்க ஆர்வமானேன். அதை எப்படி ஆடுகிறார்கள் என்றேன்.

‘ஆண்கள், பெண்கள் என அனைவரும் ஒரு நீண்ட சங்கிலி போலக் கைகோத்தோ, தோளோடு தோள் சேர்த்தோ வரிசையாக நிற்போம். அந்த வரிசையின் முதலில் இருப்பவரை ‘லாவூஹ்’ என்று சொல்வோம். அவர் ஒரு கையில் கைக்குட்டையைச் சுழற்றிக்கொண்டு அந்த வரிசையை வழிநடத்துவார். அவர் அசைவுகளைப் பின்தொடர்ந்து மற்றவர்கள் ஆடுவார்கள்.’

‘தாப்கே நடனத்தின் ஆன்மா அதன் தாளத்தில்தான் இருக்கிறது. ‘மிஜ்விஸ்’ என்ற புல்லாங்குழல் கருவியும், ‘தர்புகா’ என்ற மேளமும் எழுப்பும் வேகமான இசைக்கு ஏற்ப நாங்கள் அனைவரும் ஒரே நேரத்தில் எங்களது கால்களைத் தரையில் ஓங்கி மிதிப்போம். தாப்கே என்ற சொல்லுக்கு ‘தரையில் மிதித்தல்’ என்று பொருள். பழைய காலத்தில் வீட்டின் கூரைகளை மண்ணால் செய்யும்போது, அதை உறுதிப்படுத்த மக்கள் எல்லாரும் சேர்ந்து இப்படித்தான் மிதிப்பார்களாம். அதுவே பின்னாளில் நடனமானது.’

‘ஆனால் எங்களைப் பொறுத்தவரை இது வெறும் நடனம் இல்லை. எங்களைச் சுற்றி குண்டுகள் விழுந்தாலும் எங்களது கால்களைத் தரையில் மிதித்து ஆடுகிறோம். நாங்கள் இன்னும் உயிரோடிருக்கிறோம்; இந்த நிலம் இன்னும் எங்களுடையதுதான் என்று நினைத்து ஆடுகிறோம்’ என்றான்.

தாப்கேவும் அமீரகத்தின் பாரம்பரிய நடனமான ‘அயலா’ நடனமும் ஒன்றா என்று ஜியாத்திடம் வினவினேன்.

பார்க்கும்போது சில ஒற்றுமைகள் உண்டு, ஆனால் இரண்டும் வெவ்வேறு என்றான்.

பாலஸ்தீனத்தைப் பற்றிப் புதியதாக ஒன்றைத் தெரிந்துகொண்டேன் என்று மனம் நிறைந்தது.

‘உங்களுக்கு ஆலிவ் அறுவடை பற்றித் தெரியுமா?’ என்று ஜியாத் தொடர்ந்தான்.

அவன் மேலும் பேச ஆவலாக இருந்தான். என்னிடமும் நேரம் இருந்ததால், புத்தக வாசிப்பை விட அவனிடம் இருந்து புதிய விஷயங்களைத் தெரிந்துகொள்ள ஆர்வமானேன்.

‘அக்டோபர் மாதம் வந்துவிட்டால் அது எங்களுக்குத் தேசியத் திருவிழா. பாலஸ்தீனப் பண்பாட்டில் ஆலிவ் மரம் என்பது எங்களது மூதாதையர்களின் அடையாளம். சில மரங்கள் இரண்டாயிரம் வருடங்கள் பழமையானவை. அவற்றை நாங்கள் ‘ரூமி’ மரங்கள் என்று அழைக்கிறோம். அதாவது, ரோமானியர் காலத்திலிருந்தே அந்த நிலத்தில் வேர்விட்டு நிற்பவை.’

‘அறுவடைக் காலத்தில் மொத்தக் குடும்பங்களும் மரத்தடியில் கூடிப் பாடல்கள் பாடிக்கொண்டே ஆலிவ்களைச் சேகரிப்போம். முதியவர்கள் மரத்தின் அடியில் அமர்ந்து கதைகள் சொல்ல, இளைஞர்கள் மரத்தின் கிளைகளில் ஏறி ஆலிவ்களைப் பறிப்பார்கள். இது வெறும் விவசாய வேலை இல்லை. தலைமுறைகளை இணைக்கும் சடங்கு.’

‘எங்களுக்கு ஆலிவ் மரம் என்பது வாழ்வின் அடையாளம். அது எவ்வளவு பெரிய வறட்சியையும் தாங்கும். வெட்ட வெட்ட மீண்டும் துளிர்க்கும். இஸ்ரேலியப் படைகள் எங்களது வாழ்வாதாரத்தை அழிக்க எண்ணி ஆயிரக்கணக்கான ஆலிவ் மரங்களை வேரோடு பிடுங்கி எறிகிறார்கள். ஆனால், ஏதாவது மரம் குண்டடிபட்டுச் சரிந்தால் அல்லது தீக்கிரையாக்கப்பட்டால், அடுத்த நாள் காலையிலேயே அந்த இடத்தில் புதுக் கன்றை நட்டுவிடுவோம். அவர்கள் எங்களோடு சேர்த்து மரங்களையும் அழிக்கிறார்கள். நாங்கள் விடாமல் நட்டுக்கொண்டே இருக்கிறோம்.’

‘ஆலிவ் மரம் இருக்கும்வரை அங்கு நம்பிக்கையும் இருக்கும் என்று பாலஸ்தீனத்தில் ஒரு பழமொழி உண்டு. அந்த மரங்கள் எங்களது நிலத்தின் ஆவணங்கள். அவை பேசத் தொடங்கினால், அந்த நிலம் யாருடையது என்ற உண்மையை உலகுக்குச் சொல்லும்’ என்றான் ஜியாத்.

‘கண்ணீர்ப்புகைக் குண்டுகளின் காலி உருளைகளில் மண்ணை நிரப்பி, அதில் பூச்செடிகளை நட்டு வைக்கும் காட்சிகளை காஸாவில் இன்றும் பார்க்க முடியும். பாலஸ்தீனர்களின் மனம் மற்றவர்களை விடத் திடமானது. எங்களை வேண்டுமானால்

அழிக்க முடியுமே தவிர, எங்களது அழகுணர்வைக் கொல்ல முடியாது’.

ஜியாத் பேசப் பேச பாலஸ்தீனம் குறித்த என் மனச்சித்திரம் மாறிக்கொண்டிருந்தது.

‘ஒருநாள் என்னுடைய நாடு விடுதலையாகும்’ என்றான் ஜியாத்.

அவனது அசைக்க முடியாத நம்பிக்கை என்னை வியப்பில் ஆழ்த்தியது. விடைபெறும்போது ஜியாத் மீண்டும் கணினித் திரையில் தான் எழுதிய கவிதையை வாசித்துப் பார்த்துக் கொண்டிருந்தான். அவனது விரல்கள் விசைப்பலகையில் வேகமாக வேலை செய்ய ஆரம்பித்தன.

நூலகத்திலிருந்து வெளியே வரும்போது, பாலஸ்தீனம் என்பது எனக்கு வெறும் போர்க்களமாகத் தெரியவில்லை. எப்போது கருகினாலும் மீண்டும் மீண்டும் துளிர்க்கத் துடிக்கும் ஆலிவ் மரமாகவே தோன்றியது.

4. மகிழ்ச்சியான அரேபியா

முகமது பின் ரஷித் நூலகத்தின் 'தி மேப்ஸ் அண்ட் அட்லஸ்' பகுதிக்குள் நுழைந்தபோது, பழைய காகிதங்களின் வாசனை நாசியைத் துளைத்தது . அங்கிருக்கும் நிலப்படங்கள் ஒவ்வொன்றும் ஒவ்வொரு காலகட்டத்தின் சாட்சிகள்.

பேஸ்டல் நீலநிற ஹிஜாப் அணிந்த பெண் ஒருத்தி, குனிந்தபடி மேஜையில் மிகத் தீவிரமாக எதையோ பார்த்துக்கொண்டிருந்தாள். அருகில் சென்றபோது, மேஜையில் விரிந்திருந்த அந்தப் பெரிய நிலப்படம் கண்ணில் பட்டது. அதிலிருந்த அரேபியத் தீபகற்பத்தின் தெற்கு முனையில் அவள் பார்வை நின்றிருந்தது.

அவள் பெயர் சல்மா. தற்போது துபாயில் கட்டடக்கலை பயின்றுகொண்டிருக்கிறாள். ஏமன் நாட்டின் தலைநகரான சனா நகரிலிருந்து வந்தவள். அவள் பார்த்துக்கொண்டிருந்த வரைபடம் மிகவும் பழமையானது. மெல்ல அவளருகே சென்று, 'இது ஏமன் வரைபடம்தானே?' என்று கேட்டேன்.

சல்மா நிமிர்ந்து பார்த்தாள். என்னை அறிமுகம் செய்துகொண்டேன். நான் ஒரு எழுத்தாளர் என்று தெரிந்ததும் அவளது முகம் மலர்ந்தது.

'ஆமாம். பதினாறாம் நூற்றாண்டோட வரைபடம். உலகத்துக்குப் பல விஷயங்களைக் கத்துக்கொடுத்த இடம்.'

ஏமனைப் பற்றி நான் அறிந்ததெல்லாம் ஹவூதிகளும் போராட்டங்களும் போரும் மட்டுமே. சல்மா வேறு எதையோ சொல்லவருகிறாள் என்பது தெரிந்து ஆர்வமானேன்.

'இன்னைக்கு உலகத்துல எத்தனையோ வானுயர்ந்த கட்டடங்கள் இருக்கு. ஏன், உலகத்துலயே உயரமான பூர்ஜ் கலிஃபா கூட இங்க துபாய்லதான் இருக்கு. ஆனா இதுக்கெல்லாம் முன்னோடி யாருன்னு உங்களுக்குத் தெரியுமா?', என் கண்களை உற்று நோக்கியபடி கேட்டாள்.

தெரியாது என்பது போலத் தலையசைத்தேன்.

'எங்களோட சனா நகரம்தான்', அதைச் சொல்கையில் அவள் கண்களில் பெருமை பூரித்தது.

அங்கிருந்த புத்தகத்திலிருந்து ஒரு புகைப்படத்தைக் காட்டினாள். அதில் களிமண்ணால் கட்டப்பட்ட ஏழு, எட்டு அடுக்குமாடிக் கட்டடங்கள் இருந்தன. 'பாலைவன மன்ஹாட்டன்' என்று அதன் கீழ் எழுதி இருந்தது. அவற்றின் ஜன்னல்கள் வெள்ளை நிற ஜிப்ஸம் சுண்ணாம்பால் உருவாக்கப்பட்ட கலை வேலைப்பாடுகளுடன் அலங்கரிக்கப்பட்டிருந்தன. சனா நகரம் சுமார் இரண்டாயிரத்து ஐந்நூறு ஆண்டுகளுக்கும் மேலாக மக்கள் வசிக்கும் இடம். மிகப் பழமையான நகரத்துக்கான யுனெஸ்கோவின் அங்கீகாரம் பெற்றது. அங்குள்ள இரண்டாயிரம் வருடப் பழைய கட்டடங்கள் இன்றும் கம்பீரமாக நிற்கின்றன.

'இந்தக் கட்டடங்கள் வெறும் அழகுக்காக மட்டும் கட்டப்படலை' என்று அவற்றைப் பற்றி விவரிக்கத் தொடங்கினாள்.

'இப்ப பயன்படுத்துற மாதிரி சிமெண்ட், கம்பி எதுவும் அப்ப கிடையாது. வெறும் களிமண், வைக்கோல், அப்புறம் தண்ணி மட்டும்தான்.'

'சிமெண்ட் இல்லாம, இரும்பு இல்லாம அடுக்குமாடிக் கட்டடங்களா? ரொம்ப இண்ட்ரஸ்ட்டிங்கா இருக்கே' என்றேன்.

என் ஆர்வத்தைப் பார்த்து அவளும் பல தகவல்களைப் பகிர ஆரம்பித்தாள்.

''ஜாப்'ன்னு சொல்லப்படுற ஒரு விசேஷக் களிமண் கலவையை வச்சுதான் இதை உருவாக்குவாங்க. சூரிய ஒளியில

காயவைக்கப்பட்ட களிமண் செங்கற்களை வச்சு இந்த மாளிகைகளை எழுப்பினாங்க. கட்டடத்தோட அடிப்பகுதி அகலமாகவும், மேலே போகப் போக அதோட சுவர்கள் மெலிதாக இருக்கும்படியும் வடிவமைச்சாங்க. இந்த நுட்பம்தான் புவியீர்ப்பு விசையைச் சரியா நிலைநிறுத்தி, பல நூற்றாண்டுகளா எல்லா இயற்கைப் பேரிடர்களையும் தாண்டி இதெல்லாம் இன்னும் கம்பீரமா நிற்பதற்குக் காரணம்.'

அவள் பேச்சில் அந்த மண்ணின் பொறியியல் நுணுக்கங்கள் ஒவ்வொன்றாக வெளிப்பட்டன. 'முக்கியமா, கம்ரியான்னு சொல்லப்படுற அரைவட்ட வண்ணக் கண்ணாடி ஜன்னல்கள்ல வண்ண வேலைபாடுகள் நிறைந்து இருக்கும். கமர் அப்படின்னா நிலானு அர்த்தம். பகல் நேரத்துல சூரிய ஒளி உள்ள வரும்போது, ஜன்னலில் இருக்கும் வண்ணங்கள் அறைக்குள் விழும். அது ஓவியம் போல் தெரியும்.'

'கோடைக்காலத்துல இந்தக் களிமண் சுவர்கள் வெப்பத்தை உள்ளே விடாது. குளிர்காலத்துல உள்ள இருக்குற வெப்பத்தை வெளியேற்றாது. ஆயிரம் வருஷங்களுக்கு முன்னாடியே மிகச் சரியான இயற்கை தட்பவெப்ப மேலாண்மை நுட்பத்தை எங்க முன்னோர்கள் கையாண்டிருக்காங்க.'

'ஒவ்வொரு தளமும் அதோட பயன்பாட்டுக்கு ஏத்த மாதிரி பிரிக்கப்பட்டிருக்கும். கீழ்த் தளங்கள் தானியக் கிடங்காகவும், மேல போகப் போகத் தனிப்பட்ட அறைகளாகவும் இருக்கும். உச்சியில இருக்குற 'மஃராஜ்' அறைல உட்கார்ந்து சனா நகரத்தைப் பார்க்குறது ஒரு சொர்க்க அனுபவம். இந்த அறைகள் விருந்தினர்களுக்காக வடிவமைக்கப்பட்டது' என்று முடிக்கும்போது சல்மாவின் முகம் பிரகாசமானது.

இருவரும் பேசியபடி காபி குடிக்க வெளியே வந்தோம். காபியைக் கையில் வாங்கியவுடன் மூச்சை இழுத்து அதன் மணத்தை முகர்ந்தபடி அவளிடம் பேச்சைத் தொடர்ந்தேன்.

'நீங்க இன்னைக்கு விரும்பிக் குடிக்கிற 'மோக்கா' காபியோட பூர்வீகம் ஏமன்லதான் இருக்கு' என்றாள் சின்ன புன்னகையுடன்.

'துருக்கி இல்லையா?' என்றேன்.

‘ஒவ்வொரு நிலத்துக்கும் ஒவ்வொரு சுவை. எங்களோட ‘அல்-மோக்கா’ துறைமுகம் ஒருகாலத்துல உலக காபி வர்த்தகத்தோட மையப்புள்ளியா இருந்துச்சு. இன்னைக்கும் அந்த மலைச்சரிவுகள்ல விளையுற காபிக்குத் தனி மதிப்பு இருக்கு. மத்த காபியை விட மோக்கா காபில ஒருவிதமான சாக்லேட் சுவை இயற்கையாவே இருக்கும். அதனாலதான் உலகம் முழுக்க அதுக்கு அத்தனை டிமாண்ட்.’

‘அப்ப உனக்கும் மோக்காதான் பிடிச்ச காபியா?’ என்று கேட்டவுடன் சிரித்தாள்.

‘நாங்க காபி கொட்டைகளை விட, அதோட தோலை உலர்த்திச் செய்யப்படுற ‘கிஷ்ர்’ பானத்தைத்தான் அதிகம் விரும்புவோம். காபிப் பழங்களைச் சூரிய ஒளியில் காயவச்சு, அவற்றின் தோலை நீக்கும் அந்தப் பாரம்பரிய முறையே அதன் சுவையைத் தீர்மானிக்கும். இது காபியை விடக் கசப்பா இருக்கும். ஆனா ஆரோக்கியமானது. அதுல இஞ்சி, ஏலக்காய், லவங்கப்பட்டை எல்லாம் சேர்த்துப் பருகுவோம்’.

‘இன்னைக்கு ஏமனைப் பற்றி இதுவரையும் கேள்விப்படாத நிறைய நல்ல விஷயங்களைத் தெரிஞ்சுகிட்டேன். உனக்கு அதுக்கு நன்றி சொல்லியே ஆகணும்.’

‘என் நிலத்தைப் பற்றி யார்கிட்டயாவது பேச முடியுதுன்னா, அது எனக்கும் மகிழ்ச்சிதானே? எனக்கு அதுக்கு வாய்ப்பு கொடுத்ததற்கு நன்றி’ என்று என்னை அணைத்துக்கொண்டாள்.

‘என் நாட்டில் சிதைந்து கிடக்கும் பழங்காலக் கோபுரங்களை நவீனத் தொழில்நுட்பத்துடன் மீண்டும் ஒருமுறை கட்டி எழுப்புவதுதான் என்னோட லட்சியம். ஏமன் மறுபடியும் ‘மகிழ்ச்சியான அரேபியா’ அப்படின்னு அழைக்கப்படும் நாள் சீக்கிரமே வரும். இன்ஷா அல்லாஹ்’ என்றாள்.

அவளது ஒவ்வொரு சொல்லிலும் தனது மண்ணின் பாரம்பரியத்தை மீட்டெடுக்கும் வேட்கை தெரிந்தது.

5. சந்து சாட்சி

நூலகத்தின் நுழைவாயிலில் ஓர் இளைஞனைப் பார்த்தேன். சுருட்டை முடி, திடகாத்திரமான உடல். அவன் அணிந்திருந்த தொளதொள கால்சட்டை, அவனை ஒரு கல்லூரி மாணவனாகக் காட்டியது.

நேராக வரவேற்பறைக்குச் சென்றவன், அங்கிருந்த ராஷீத்திடம் அரேபிய இலக்கியப் பிரிவு எங்குள்ளது என்று கேட்டான். அவனது பெயர் அஹ்மத். எகிப்தின் ஆகச்சிறந்த எழுத்தாளரான நஜிப் மஹ்ஃபூஸின் *(Naguib Mahfouz)* புத்தகங்களை வாசிக்க வந்ததாகச் சொன்னான்.

மஹ்ஃபூஸைப் பற்றி எனக்கு அதற்கு முன்பு அறிமுகமில்லை. அவன் ஆர்வமாகப் புத்தகங்களைத் தேடுவதைப் பார்த்து நானும் அவரைப் பற்றித் தெரிந்துகொள்ள ஆவல் கொண்டேன். தொலைபேசியில் எழுத்தாளரின் பெயரைத் தேடிப் பார்த்தேன். 1988இல் இலக்கியத்துக்கான நோபல் பரிசைப் பெற்ற முதல் அரபு எழுத்தாளர்.

சுமார் பதினைந்து நிமிடத் தேடலுக்குப் பிறகு அஹ்மதுக்கு அவன் தேடிய புத்தகம் கிடைத்தது. புத்தகத்துடன் படிக்க அமர்ந்தவனின் எதிரே அமர்ந்தபடி மெதுவாகப் பேச்சு கொடுத்தேன். பிடித்த எழுத்தாளரைப் பற்றிக் கேட்டவுடன் அஹ்மதின் கண்களும் முகமும் விரிந்தன.

‘மஹ்ஃபூஸ் இருபத்தைந்துக்கும் மேற்பட்ட எகிப்தியத் திரைப்படங்களுக்குத் திரைக்கதை எழுதியுள்ளார். அவரது பல நாவல்களும் திரைப்படங்களாக வெளிவந்துள்ளன. ஆனால் அவர் எழுதியதில் மிக முக்கியமானது ‘கெய்ரோ ட்ரைலஜி’. இது மூன்று பாகங்களைக் கொண்ட ஒரு பிரம்மாண்டமான நாவல் வரிசை. இந்த மூன்று நாவல்களையும் ஓராண்டுக்குள், அதாவது 1956-57க்குள் எழுதி முடித்திருக்கிறார். ஒவ்வொன்றும் எகிப்தின் வெவ்வேறான காலகட்டத்தின் பிரதிபலிப்பு.’

‘பேலஸ் வாக்’, ‘பேலஸ் ஆஃப் டிசைர்’, ‘சுகர் ஸ்ட்ரீட்’. இந்த மூன்று நாவல்களுமே எகிப்திய இலக்கியத்தின் முதுகெலும்பாகக் கருதப்படுகின்றன. ஒரு வாசகர் இந்தப் புத்தகங்களை வாசிக்கும்போது, இருபதாம் நூற்றாண்டின் தொடக்கக் கால கெய்ரோ தெருக்களில் உலவுவது போன்ற உணர்வு நிச்சயம் கிடைக்கும். கெய்ரோவின் குறுகிய சந்துகள், காபி ஹவுஸ்கள், எகிப்தியக் குடும்பங்களின் கலாசாரம் மற்றும் சமூக மாற்றங்களை அவர் அத்தனை நுணுக்கமாகப் படம்பிடித்திருப்பார்.’

‘மஹ்ஃபூஸ் அரசு ஊழியராகப் பணியாற்றிக்கொண்டே இந்தப் படைப்புகளை எழுதினார். காலையில் அலுவலகம், மாலையில் காபி ஹவுஸ். அங்கு அமர்ந்து மக்கள் நடமாட்டத்தைக் கவனித்துக்கொண்டே எழுதுவது அவரது வழக்கம். எழுத வேண்டும் என்று முடிவெடுத்துவிட்டால் இடமும் நேரமும் அவருக்கு முக்கியம். அதே இடம், அதே நேரம். அதில் மாற்றம் இருந்ததில்லை.’

‘மஹ்ஃபூஸ் விவரித்த அந்தப் பழைய எகிப்துக்கும் இன்றைக்கு இருக்கும் எகிப்துக்கும் என்ன வித்தியாசம்?’ எனக் கேட்டேன். அஹ்மத் ஒரு சிறிய இடைவேளைக்குப் பின் பேசத் தொடங்கினான்.

‘மஹ்ஃபூஸோட நாவல்களில் கெய்ரோவுடைய அந்தச் சின்னச் சின்னச் சந்துகள் வெறும் வழிகள் கிடையாது. அவை ஒரு கதாபாத்திரமாகவே வரும். அந்தச் சந்துகள் மக்களின் பிறப்பு, இறப்பு, காதல் என அனைத்துக்கும் மௌன சாட்சிகளாக இருக்கும். அங்கிருக்கிற காபி ஹவுஸ்களில்தான் பெரிய சமூக மாற்றங்கள் விவாதிக்கப்பட்டன.’

‘நைல் நதியின் போக்கைப் போலவே எகிப்திய மக்களின் வாழ்வியலும் அந்தச் சந்துகள் வழியேதான் உருமாறியது. 1882இல்

இருந்து பிரிட்டிஷ் கைக்குள் எகிப்து இருந்தது. அப்போது இருந்த தலைவர் சாத் சக்லூல், பிரிட்டனுக்குச் சென்று சுதந்தரம் வேண்டும் எனக் கேட்டார். அவர்கள் அவரைச் சிறையில் தள்ளினார்கள். அதை எதிர்த்து 1919ஆம் ஆண்டு சுதந்தரப் புரட்சி நடந்தது. அப்போது இந்தச் சந்துகள் போராட்டக் களங்களாக மாறின. சாதாரண எளிய மனிதர்கள் எப்படி வரலாற்றைப் படைக்கிறார்கள் என்பதை மஹ்ஃபூஸ் உலகுக்கு உரக்கச் சொன்னார்.'

தொடர்ந்து பேசிய அஹ்மத், மஹ்ஃபூஸ் எதிர்கொண்ட சவால்களையும் விவரித்தான். தன்னுடைய எழுத்துகளுக்காக அவர் பல அச்சுறுத்தல்களைச் சந்தித்தார். தனது எண்பத்திரண்டாவது வயதில் ஒரு தீவிரவாதியால் கழுத்தில் குத்தப்பட்டார். கெய்ரோவில் உள்ள அவரது வீட்டின் அருகிலேயே இந்தச் சம்பவம் நடந்தது. வழக்கமாக அவர் தனது நண்பர்களைச் சந்திக்க ஒரு காபி ஹவுஸுக்குச் செல்வார். அன்று மாலை அவர் தனது காரில் ஏறி அமர்ந்திருந்தபோது, மர்ம நபர் ஒருவர் அருகில் வந்து அவரிடம் பேசுவது போல நடித்து, மறைத்து வைத்திருந்த கத்தியால் மஹ்ஃபூஸின் கழுத்தில் பலமாகக் குத்தினார். அந்தத் தாக்குதலிலிருந்து உயிர்தப்பினாலும், அதன் பிறகு அவரால் மிகக் குறுகிய நேரமே எழுத முடிந்தது.

இதற்கு முக்கியக் காரணம் 1959இல் வெளிவந்த 'சில்ட்ரன் ஆஃப் கெபெலாவி'. அந்த நாவலில் வரும் கதாபாத்திரங்கள் மதத் தூதர்களைக் குறிப்பால் உணர்த்துவதாகக் கூறி மத அடிப்படைவாதிகள் அவர் மீது கடும் கோபத்தில் இருந்தனர். எகிப்தைச் சேர்ந்த ஒரு தீவிரவாத அமைப்பு அவருக்கு 'ஃபத்வா' (மரண தண்டனை போன்ற மத ஆணை) விதித்திருந்தது. அதில் வேடிக்கையான, ஆனால் வருத்தமான விஷயம் என்னவென்றால் மஹ்ஃபூஸைக் குத்திய அந்த நபருக்கு எழுத படிக்கத் தெரியாது. தன்னுடைய தலைவர்கள் சொன்னார்கள் என்பதற்காக மட்டுமே அவர் இந்தத் தாக்குதலைச் செய்ததாகப் பின்னாளில் விசாரணையில் தெரியவந்தது.

'மஹ்ஃபூஸ் வாழ்ந்த காலத்து நடுத்தர வர்க்கக் குடும்ப அமைப்புகள் இன்றைக்குச் சிதைந்து கிடக்கின்றன. பிரச்சினைகள் இன்றும் உண்டு, ஆனால் அவற்றின் முகம் மாறிவிட்டது. அன்று கல்வியும்

இலக்கியமும் சமூக மாற்றத்துக்கான கருவியாக இருந்தன. ஆனால் இன்று எகிப்து இளைஞர்கள் வேலையில்லாத் திண்டாட்டத்தில் சிக்கித் தவிக்கிறார்கள். மஹ்ஃபூஸ் எழுதிய 'சுகர் ஸ்ட்ரீட்' நாவலில் வரும் அதே அரசியல் விவாதங்கள் இன்றைக்கும் காபி ஹவுஸ்களில் நடக்கின்றன. ஆனால் அன்று இருந்த நிதானமும் நம்பிக்கையும் இன்று யாரிடமும் இல்லை. இப்போது நடக்கும் விவாதங்களில் ஆவேசமும் விரக்தியும்தான் அதிகமாக இருக்கின்றன.'

'மஹ்ஃபூஸ் பல ஆண்டுகளுக்கு முன்பே எச்சரித்த அதிகார வர்க்கத்தின் அடக்குமுறை இன்றும் ஒரு நிழலாகத் தொடர்கிறது. அவர் காட்டிய எகிப்து ஒரு கண்ணாடி போன்றது. அதில் எகிப்தின் அழகும் தெரியும், அதன் தழும்புகளும் தெரியும்' என்று முடித்த அஹ்மத் விடைபெற்று வாசிக்கத் தொடங்கினான்.

நூலகத்திலிருந்து கிளம்பும் போது, வாய்ப்பிருந்தால் விரைவில் மஹ்ஃபூஸை வாசிக்க வேண்டும் என்ற ஆவல் எழுந்தது.

6. நினைவுக் கொல்லி

முகமது பின் ரஷீத் நூலகத்தின் கீழ்த்தளக் காபி ஷாப்பில் ஒரு மூலையில் இளைஞன் ஒருவன் அமர்ந்திருந்தான். தேக்கு நிறமும், மெலிந்து உயர்ந்த உருவமும் கொண்டிருந்தான். கருங்காபியை வாங்கிக்கொண்டு நானும் அதே மேஜையில் அவன் எதிரில் அமர்ந்தேன்.

இருவரும் சின்ன புன்னகையுடன் அறிமுகம் செய்துகொண்டோம். அவன் பெயர் ஒஸ்மான். சூடானின் தலைநகரமான கார்ட்டூமில் இருந்து சமீபத்தில் துபாய்க்குப் புலம்பெயர்ந்தவன். தற்போது ஒரு சிறிய நிறுவனத்தில் கணக்காளராக வேலை செய்கிறான்.

'சூடான்', எனக்குப் பெயர் அளவில் மட்டுமே பரிச்சயம். கார்ட்டூம் என்ற ஊரைப் பற்றியோ, அங்கிருக்கும் மக்களைப் பற்றியோ எதுவும் தெரியாது. அவனிடம் சிறிது நேரம் உரையாடினேன். ஒஸ்மானும் தயக்கமின்றிப் பேச ஆரம்பித்தான்.

ஆப்பிரிக்காவின் வடகிழக்கில் அமைந்திருக்கிறது சூடான். எத்தியோப்பியாவிலிருந்து வரும் நீல நைல் நதியும், மத்திய ஆப்பிரிக்காவிலிருந்து வரும் வெள்ளை நைல் நதியும் தலைநகர் கார்ட்டூமில் *(Khartoum)* ஒன்றாகச் சங்கமிக்கின்றன. இந்த நதிகளின் சங்கமத்துக்கு நேரெதிரே, நைல் நதியின் மேற்குக் கரையில் ஓம்துர்மான் *(Omdurman)* நகரம் அமைந்துள்ளது. பாலங்களால்

இணைக்கப்பட்ட இந்த நகரங்கள் சூடானின் முக்கியமான வர்த்தக மற்றும் கலாசார மையங்கள் என்று சூடானைப் பற்றிய சிறிய அறிமுகத்தைக் கொடுத்துவிட்டு மக்களைப் பற்றிப் பேச ஆரம்பித்தான்.

'சூடானின் சாபம் அங்கிருக்கும் அரசியல்வாதிகள். கிட்டத்தட்ட முப்பது வருடம் உமர் அல்-பஷீர் சர்வாதிகார ஆட்சி நடத்தினார். ரொட்டி வாங்கக்கூட மக்கள் தவிக்கும் அளவுக்குப் பஞ்சம் நாடெங்கும் பரவியது. 2019ஆம் ஆண்டு மக்கள் வீதிக்கு வந்து போராடினார்கள். அந்தப் போராட்டத்துக்கு 'டிசம்பர் ரெவல்யூஷன்' என்று பெயர். ஒருவழியாக முப்பது வருடம் பட்ட கஷ்டங்கள் முடிவுக்கு வந்தது என்று மக்கள் மகிழ்ந்தார்கள்.'

'ராணுவமும் மற்ற அரசியல் கட்சிகளும் சேர்ந்து கூட்டாட்சி நடத்தினார்கள். அப்துல்லா ஹம்டோக் பிரதமரானார். நாடு முன்னேறும் என்ற மக்களின் நம்பிக்கை எல்லாம் ஒருநாள் வாழும் மலர் போல் வாடிப்போனது. 2021இல் ராணுவம் திரும்பவும் ஆட்சியைக் கைப்பற்றி மக்களாட்சிக் கனவைச் சிதைத்துவிட்டது' என்றான்.

'ராணுவம் ஆட்சி வந்த பிறகு இப்போது நிலைமை எப்படியிருக்கிறது?' என்றேன்.

'அப்போது மக்களுக்காக எல்லோரும் ஒன்றுசேர்ந்தார்கள். இப்போது அதிகாரத்துக்காக இரண்டு ராணுவ அமைப்புகள் மோதிக்கொள்கிறார்கள். எல்லாம் அதிகார மோதல்தான்' என்று சூடான காபியை அருந்தியபடி தொடர்ந்தான்.

'ஜெனரல் அல்-புர்ஹான் தலைமையிலான சூடான் ராணுவப் படைக்கும் (SAF), 'ஹெமெட்டி' தலைமையிலான ரேபிட் சப்போர்ட் ஃபோர்ஸஸ் (RSF) எனும் துணை ராணுவக் குழுவுக்கும் இடையே 2023 ஏப்ரல் 15 அன்று தொடங்கிய மோதல், கார்ட்டூம் மற்றும் ஓம்துர்மான் நகரங்களைப் போர்க்களமாக மாற்றியுள்ளது.

'இந்த அதிகாரப் போட்டியால் பொதுமக்கள்தான் அதிகம் பாதிக்கப்பட்டுள்ளனர். அறுபதாயிரத்துக்கும் மேற்பட்டோர் இறந்துள்ளனர். சில மதிப்பீடுகளின்படி இறப்பு எண்ணிக்கை நான்கு லட்சம் வரை இருக்கலாம் என்கின்றனர். இதுவரை ஒரு கோடி மக்கள் அகதிகளாக இடம்பெயர்ந்துள்ளனர். இதில் என்

குடும்பத்தினர் அடக்கம். அவர்கள் இப்போது எகிப்து எல்லையில் இருக்கும் தற்காலிக முகாம்களில் இருக்கிறார்கள்' என்றான்.

'அம்மா, அப்பாவா?'

'இல்லை, மனைவியும் இரண்டு மகள்களும்' என்று பெருமூச்சுவிட்டான்.

'சூடான் மக்கள் பெரும்பாலும் இஸ்லாமியர்கள். அரபு மற்றும் ஆப்பிரிக்க இனப் பின்னணி கொண்டவர்கள். மதமும் மொழியும் எங்களை ஒன்றிணைத்தாலும், இந்த ராணுவப் பிரிவுகள் தங்களுடைய அதிகாரத்துக்காக எங்களை இன ரீதியாகப் பிரிக்கப் பார்க்கிறார்கள். ஒருகாலத்தில் அறிஞர்களின் புகலிடமாக இருந்த கார்ட்டூம், இன்று பாதுகாப்பற்ற நகரமாகிவிட்டது' என்று வேதனையுடன் குறிப்பிட்டான்.

இந்த இரண்டு அமைப்புகளுக்கும் இடையே நடக்கும் மோதலில் இதுவரை நூற்று நான்கு கல்வி நிலையங்கள் சேதமடைந்திருக்கின்றன. சூடான் முழுவதும் கல்வி அமைப்புகள் முடங்கியிருக்கின்றன.

'நூலகம் எப்படி எரிந்தது தெரியுமா?' என்று கேட்டவன் அலைபேசியை எடுத்து ஒரு புகைப்படத்தைக் காட்டினான். அதில் ஒரு கட்டடம் தெரிந்தது. ஓம்துர்மான் நகரின் அஹ்லியா பல்கலைக்கழகத்தில் இருந்த முஹம்மது ஓமர் பஷீர் சூடானிய ஆய்வு மையம் என்று எழுதி இருந்தது.

'2023 மே மாதம் இந்த மையத்தைக் கைப்பற்றிய ஆயுதக் குழுக்கள், அங்குள்ள அரிய ஆவணங்களைத் திருடிச்சென்றதோடு எஞ்சியவற்றைத் தீயிட்டுக் கொளுத்தினார்கள். பல வாரங்கள் அந்தக் கட்டடம் எரிந்துகொண்டிருந்தது. தீயை அணைக்கக்கூட யாரும் அனுமதிக்கப்படவில்லை.

'அந்த நூலகத்தில் சூடானின் பல்லாண்டு கால ஆராய்ச்சி ஆவணங்களும், அரிய கையெழுத்துப் பிரதிகளும் இருந்தன. எங்களுடைய முப்பத்தேழு ஆண்டுகால ஆராய்ச்சி முடிவுகள் இப்போது வெறும் கரியாகிவிட்டன. நூலகத்தை அழிப்பவர்கள் நாட்டைப் பற்றி நிலவும் பஞ்சத்தைப் பற்றி எப்படி யோசிப்பார்கள்? ஒருபக்கம் அகதிகளாக நாட்டைவிட்டுச் செல்லும் மக்கள்.

இன்னொருபுறம் பஞ்சத்துக்குப் பலியாகும் மக்கள் என்று நாடே சீரழிந்துகொண்டிருக்கிறது' என்றான்.

தற்போது எல்லை முகாம்களில் தவிக்கும் தனது குடும்பத்தினருக்குப் பணம் அனுப்பி வருகிறான் ஒஸ்மான். அவனுடைய மகள்கள் வீடியோ காலில் எப்போது ஊருக்கு வரலாம் என்று கேட்கும்போது, அவனிடம் பதில் இருப்பதில்லை. ஊருக்குச் செல்ல முடியாவிட்டாலும் அவர்கள் எதிர்காலத்தைச் சரிசெய்ய விரைவில் துபாய்க்கு அழைத்து வரும் வேலைகளில் ஒஸ்மான் மும்முரமாக இருக்கிறான் என்று புரிந்தது.

மனத்தை உலுக்கும் பல நினைவுகளிலிருந்தும் தனிமையிலிருந்தும் தப்பிக்க, நேரம் கிடைக்கும் போதெல்லாம் இங்கு வந்து வாசிப்பது அவன் வழக்கமாகிவிட்டது. விடைபெறும்போது ஒஸ்மான் சொன்ன அந்த வரி என் காதுகளில் ஒலித்துக்கொண்டே இருந்தது.

'போர் மனிதர்களை மட்டுமல்ல, அவர்களுடைய நினைவுகளையும் கொல்கிறது.'

7. இப்னு சீனா கேட்ட நூலகம்

நூலகத்தின் 'மருத்துவ வரலாறு' பிரிவில், தடிமனான அட்டை கொண்ட பழைமையான நூல் ஒன்றைப் படித்துக் கொண்டிருந்தாள் அந்த இளம் பெண். சிறிது நேரம் கழித்து நூலகத்துக்கு வெளியே வந்தாள். நான் ஓடையைப் பார்த்தபடி அங்கே அமர்ந்திருந்தேன்.

பார்க்க ஆப்பிள் பழ நிறத்தில் இருந்தாள். கூர்மையான மூக்கும், விரிந்த கண்களும் அவளை ஓவியம் போலக் காட்டின. அறிமுகம் செய்துகொண்டோம்.

அவள் பெயர் நர்கிஸா. உஸ்பெகிஸ்தானின் வரலாற்றுச் சிறப்புமிக்க சமர்கண்ட் நகரைச் சேர்ந்தவள். மருத்துவத் தரவு ஆய்வாளர்.

அவள் ஒரு மெடிக்கல் டேட்டா அனலிஸ்ட் என்று தெரிந்தவுடன், நவீன மருத்துவப் போக்குகளைப் பற்றித் தெரிந்துகொள்ள விரும்பினேன். ஆனால் அவளோ, 'உங்களுக்கு ஆயிரம் ஆண்டுகளுக்கு முன் பிறந்த இப்னு சீனாவைப் பற்றித் தெரியுமா?' என்று கேட்டாள்.

இப்னு சீனாவையும், இபின் பட்டுடாவையும் என் மூளை குழப்பிக்கொண்டது. 'உலகம் புகழ்பெற்ற பயணிதானே அவர்?' என்றேன்.

அவள் புன்னகைத்தபடி, 'நீங்கள் இபின் பட்டுடாவைப் பற்றிச் சொல்கிறீர்கள். இருவர் பெயரும் கிட்டத்தட்ட ஒரே மாதிரி

இருப்பதால் ஏற்படும் குழப்பம்தான் அது. இபின் பட்டுடா பயணங்களுக்குப் புகழ்பெற்றவர். இப்னு சீனா, மருத்துவத்துக்குப் புகழ்பெற்றவர்' என்றாள்.

'இப்னு சீனா...' என்று மெல்ல உச்சரித்துப் பார்த்தேன். ஞாபகம் வரவில்லை என்பதைவிட எனக்குத் தெரியவில்லை என்பதுதான் உண்மை. நர்கிஸா பேச ஆரம்பித்தாள்.

'நாங்கள் இப்போது கணினிகள் மூலம் நோய்களைக் கணிக்கிறோம். ஆனால், எவ்வித நவீனக் கருவிகளும் இல்லாத காலத்திலேயே நோய்களைக் கணித்த இப்னு பிறந்தது எங்கள் மண்ணில்தான்' என்று பெருமையுடன் பேச ஆரம்பித்தாள்.

'கி.பி 980இல் உஸ்பெகிஸ்தானின் புகாரா நகருக்கு அருகில் இப்னு சீனா பிறந்தார். அது இஸ்லாமியப் பொற்காலம். அச்சமயத்தில் புகாராவை சமனித்து வம்சம் *(Samanid Dynasty)* ஆட்சி செய்தது. மன்னர் இரண்டாம் நூஹ் பின் மன்சூருக்குத் தீராத நோய் ஒன்று வந்தது. பல கைதேர்ந்த மருத்துவர்கள் முயன்றும் பலனில்லை. அப்போது இப்னு சீனாவுக்குப் பதினேழு வயதுதான். அவர் மன்னரைத் தனது மருத்துவத் திறமையால் குணப்படுத்தினார்.

சந்தோஷமான மன்னர் 'என்ன வேண்டுமானாலும் கேள்' என்று இப்னுவிடம் பொற்காசுகளைக் கொடுத்தார். ஆனால் இப்னு எதையும் ஏற்றுக்கொள்ளவில்லை. ஒரே ஒரு கோரிக்கையை மட்டும் வைத்தார். 'அரச நூலகத்தைப் பயன்படுத்த அனுமதி வேண்டும்'. அவ்வளவுதான். அது சாதாரண நூலகம் அல்ல. பல அறைகள் கொண்ட புத்தக மாளிகை. மன்னரும் அவர் விருப்பத்துக்கு இணங்கினார். இப்னு சீனா ஒரு மாபெரும் அறிஞராக அவதாரம் எடுக்க அந்த நூலகமே அடித்தளமிட்டது.'

'இன்ட்ரெஸ்ட்டிங்' என்றேன். நர்கிஸா தொடர்ந்தாள்.

சமனித்து வம்சம் வீழ்ந்த பிறகு, இப்னு சீனா பல்வேறு நாடுகளுக்குப் பயணம் செய்ய வேண்டியிருந்தது. அப்போது இன்றைய ஈரானில் உள்ள ஹமதான் நகரைச் சென்றடைந்தார். ஹமதானின் ஆட்சியாளராக இருந்த ஷம்ஸ் அத்-தவ்லாவுக்கு ஏற்பட்ட கடுமையான வயிற்று வலியை இப்னு சீனா குணப்படுத்தினார். இதனால் ஈர்க்கப்பட்ட மன்னர், அவரைத் தனது தலைமை மந்திரியாக நியமித்தார்.

இப்னு சீனா ஒரு நேர்மையான, கண்டிப்பான மந்திரியாக இருந்தார். இது அங்கிருந்த ராணுவ வீரர்களுக்கும் பழைய அதிகாரிகளுக்கும் பிடிக்கவில்லை. அவர்கள் இப்னு சீனாவுக்கு எதிராகக் கிளர்ச்சி செய்து, அவருக்கு மரண தண்டனை விதிக்க வேண்டும் என்று மன்னரை வற்புறுத்தினார்கள். உயிருக்கு ஆபத்து ஏற்பட்டதால், சீனா சில காலம் மறைந்து வாழ வேண்டியிருந்தது. பின்னர் மன்னருக்கு மீண்டும் உடல்நலக் குறைவு ஏற்பட்டபோது இப்னு சீனா மீண்டும் அழைக்கப்பட்டார். மந்திரி பதவி மீண்டும் கிடைத்தது.

மன்னர் ஷம்ஸ் அத்-தவ்லா காலமான பிறகு அவரது மகன் ஆட்சிக்கு வந்தார். இப்னு சீனாவுக்கு மந்திரி பதவியில் நீடிக்க விரும்பவில்லை. அரசருக்கும் அவரைப் பிடிக்கவில்லை. அண்டை நாட்டு மன்னருடன் இப்னு தொடர்புகொள்ள முயன்றார் என்று கட்டுக்கதை சொன்னார்கள். அது துரோகமாகக் கருதப்பட்டு அவரை ஃபர்தாஜன் கோட்டையில் நான்கு மாதங்கள் சிறை வைத்தார்கள். அச்சமயத்தில் பல தத்துவ மற்றும் மருத்துவ நூல்களை எழுதினார். அவற்றுள் அவரது புகழ்பெற்ற தத்துவக் கதையான, 'ஹய்ய் இப்னு யக்லான்'ம் ஒன்றாகும். பின்னர் அங்கிருந்து மாறுவேடத்தில் தப்பிச் சென்று இஸ்பஹான் நகரை அடைந்தார்.

இப்னு சீனா எழுதிய 'அல்-கானூன் ஃபி-திப்' *(The Canon of Medicine)* என்பது வெறும் மருத்துவ நூல் மட்டுமல்ல; அது ஏழு நூற்றாண்டுகள் உலக மருத்துவத்தின் திசையைத் தீர்மானித்தது. பதினேழாம் நூற்றாண்டு வரை ஐரோப்பாவின் ஆகச்சிறந்த பல்கலைக்கழகங்கள் எல்லாவற்றிலும் இந்தப் புத்தகமே முதன்மைப் பாடமாக இருந்தது.

கிருமிகள் கண்ணுக்குத் தெரியாத நுண்ணிய உயிரிகள் என்றும், அவை நீர் மற்றும் காற்றின் மூலமே பரவுகின்றன என்றும் அவர் கண்டறிந்தார். நோய்த்தொற்றின் சங்கிலியை உடைக்க நாற்பது நாட்கள் மக்களைத் தனிமைப்படுத்தி வைக்கும் குவாரண்டைன் முறையை அவரே முதன்முதலில் அறிமுகப்படுத்தினார். அவரது மருத்துவ மேதைமை உடலோடு மட்டும் நின்றுவிடவில்லை. ஒரு நோயாளியின் நாடித் துடிப்புக்கும், அவரது மன உணர்ச்சிகளுக்கும் இடையே உள்ள தொடர்பை உலகுக்கு நிரூபித்தார். தீவிரமான

மன அழுத்தம் உடல்நலத்தை எப்படி உருக்குலைக்கும் என்பதை விளக்கி, இன்றைய மனோதத்துவ மருத்துவத்துக்கு (*Psychosomatic Medicine*) அன்றே அறிவியல் பூர்வமான அடித்தளம் அமைத்தார்.

அறுவை சிகிச்சைத் துறையிலும் அவரது பங்களிப்பு வியக்கத்தக்கது. கண்புரை அறுவை சிகிச்சை மற்றும் நரம்பியல் சார்ந்த சிகிச்சைகளை அவர் கையாண்ட விதம் இன்றும் மருத்துவர்களை ஆச்சரியத்தில் ஆழ்த்துகிறது.'

இப்னு சீனாவைப் பற்றி நர்கிஸா பேசிக்கொண்டே இருந்தாள். நேரம் போனதை நாங்கள் கவனிக்கவில்லை. இடையிடையே நான் ஓரிரு வார்த்தைகள் மட்டும் பேசிவிட்டு அவள் பேசுவதைக் கேட்டுக்கொண்டிருந்தேன். புத்தகம் பேசினால் நர்கிஸாவைப் போல் இருக்கும் என்று அப்போது தோன்றியது. அவள் இப்னுவைப் பற்றிச் சொல்ல வந்ததை எல்லாம் ஓரளவு சொல்லிவிட்டுக் கைக்கடிகாரத்தைப் பார்த்தாள்.

'உங்க நேரத்தை ரொம்ப எடுத்துக்கிட்டேன், சாரி' என்றாள்.

மென்மையான அவள் இரு கைகளையும் பிடித்து, 'ஒரு புத்தகத்தைப் படித்த நிறைவு நீ பேசியதில் இருக்கு நர்கிஸா, ரொம்ப நன்றி' என்று சொல்லிவிட்டு விடைபெற்றேன்.

8. சுரண்டல்

முகமது பின் ராஷீத் நூலகத்தின் ஆய்வுப் பிரிவு. எனக்கு முன்னால் இருந்த மேசையில் அந்தப் பெண் அமர்ந்திருந்தாள். அவள் முழு கவனமும் மடிக்கணினியில் இருந்தது. லேசாய் கவனித்தபோது அதில் ஓர் ஆற்றின் வரைபடம் தெரிந்தது. சிறு இடைவேளையின்போது நாங்கள் அறிமுகம் செய்து கொண்டோம். அவள் பெயர் அமா. கானாவின் ஆஷான்டி *(Ashanti)* பிராந்தியத்தைச் சேர்ந்தவள். தற்போது துபாயில் சுற்றுச்சூழல் பொறியாளராகப் பணிபுரிகிறாள்.

கானாவைப் பற்றிப் பேச்சு வந்தபோது, 'தங்கக் கடற்கரை *(Gold Coast)* எப்படி இருக்கிறது?' என்று கேட்டேன்.

'தேசத்தின் தங்கம் மினுமினுக்கிறது. ஆனால் அந்த வெளிச்சம் சாமானியன் வீட்டு அடுப்பை ஒருபோதும் பற்றவைப்பதில்லை. மாறாக, அது எங்கள் வாழ்வாதாரத்தையே சிதைத்துக் கொண்டிருக்கிறது' என்றாள்.

அவள் சொன்னது ஓரளவு புரிந்தாலும் முழுமையான விவரம் தெரியவில்லை. நான் கேட்பதற்குள் அவளே தொடர்ந்தாள்.

'ஆஷான்டி பிராந்தியத்தின் ஒரு சிறிய கிராமத்தில், கோக்கோ விவசாயக் குடும்பத்தில் பிறந்தவள் நான். இப்போதும் எனக்கு

ஆற்றில் ஓடிய தெளிந்த நீர் நினைவில் இருக்கிறது. ஆற்றைக் கடக்கும்போது அதை ரசித்தபடி சென்ற நாள்கள் அவை. இப்போது எல்லாம் தலைகீழாக மாறிப்போய்விட்டது.

தங்கம் தேடி வந்த இயந்திரங்கள் என் தந்தையின் கோக்கோ தோட்டத்தை விழுங்கின. நிலத்தை இழந்த என் தந்தை, நான் படிக்க வேண்டும் என்பதில் பிடிவாதமாக இருந்தார். தங்கம் நிலையற்றது அமா, கல்விதான் உன் நிரந்தரத் தங்கம்' என்பார். அக்ராவிலுள்ள பல்கலைக்கழகத்தில் நான் சுற்றுச்சூழல் பொறியியல் படிக்க அவர் தன் வாழ்நாள் சேமிப்பையெல்லாம் செலவிட்டார். திறமையால் கிடைத்த உதவித்தொகை என்னை மேல்படிப்புக்கு இங்கிலாந்து வரை அழைத்துச் சென்றது. இன்று துபாயின் இந்த நவீன உள்கட்டமைப்புத் திட்டங்களில் ஒரு பொறியாளராகப் பணியாற்றுகிறேன்' என்று அவள் சொன்னபோது வியப்பாக இருந்தது.

சிலரிடம் பேசுவதை விடக் கேட்பதே சிறந்தது. அவள் தொடர்ந்தாள்.

'துபாயில் கடல்நீரைக் குடிநீராக்கும் தொழில்நுட்பத்தைப் பார்க்கும்போது எனக்கு ஆச்சரியமாக இருக்கும். ஆனால், என் தேசத்தில் ஓடும் நன்னீரை நாங்கள் நஞ்சாக்கிக் கொண்டிருக்கிறோம் என்பதை நினைத்தால் மனம் பதறுகிறது.'

நான் அமைதியாகக் கேட்டுக்கொண்டிருந்தேன்.

'உங்களுக்கு 'கலாம்சே' *(Galamsey)* பற்றித் தெரியுமா?' என்று கேட்டாள்.

'இல்லை' என்றேன்.

'*Gather them and sell*' என்பதன் சுருக்கம்தான் அது. ஒருகாலத்தில் உள்ளூர் மக்கள் எளிய கருவிகளால் ஆற்று மணலில் தங்கத் துகள்களைத் தேடினார்கள். அப்போது அவர்கள் வாழ்க்கை நதியைப் போலவே அமைதியாக ஓடிக்கொண்டிருந்தது. காலையில் ஆற்றுக்குச் சென்று மணலைச் சலிப்பார்கள். கிடைக்கும் சிறு தங்கத் துகள்களை விற்றுவிட்டு, மீதி நேரத்தில் அதே ஆற்றில் மீன் பிடித்து, கரையில் இருந்த தங்கள் கோக்கோ தோட்டங்களைப் பராமரிப்பார்கள். நதி அவர்களுக்கு உணவையும் கொடுத்து,

சிறு வருமானத்தையும் தந்தது. இயற்கையைச் சிதைக்காமல் அவர்கள் வாழ்ந்த அந்த நாட்களில் எதற்கும் அங்கே பற்றாக்குறை இருந்ததில்லை.'

'பின்பு எப்படி இவ்வளவு பெரிய மாற்றம்?'

'2008இல் சீனர்கள் நவீன இயந்திரங்களோடு கானாவுக்குள் நுழைந்தார்கள். எங்கள் மக்கள் மண்வெட்டியால் தோண்டிய இடங்களில், அவர்கள் 'சாங்ஃபா' (Changfa) என்ற நதி அகழ் இயந்திரங்களை இறக்கினார்கள். புல்டோசர்களும் அகழ் வாராய்ச்சி இயந்திரங்களும் சில நாள்களிலேயே காடுகளைச் சமன் செய்துவிட்டன. கானாவின் சுரங்கத் தொழில், இயந்திர மயமாக்கப்பட்ட ஒரு பேராசைத் தொழிலாக மாற்றப்பட்டது.'

பேசிக்கொண்டிருந்தவள், தன் மடிக்கணினியை என் பக்கம் திருப்பினாள். அதில் நான் முன்பு பார்த்த அதே ஆற்றின் வரைபடம் தெரிந்தது.

'இவை எங்கள் ஊர் நதிகள். இதோ, இதன் பெயர் ப்ரா (Pra), இந்தப் பக்கம் அன்கோப்ரா (Ankobra), இங்கே ஓடா (Oda), பிரிம் (Birim). தெளிந்த நீர் எல்லாம் இப்போது இல்லை. இதில் ஓடும் தண்ணீரின் நிறம் பழுப்பு நிறச் சேற்று வெள்ளம் போல் இருக்கும். ஆறு என்று சொல்வதை விடச் சாக்கடை என்பதுதான் சரியாக இருக்கும்,' என்றாள்.

'தூர் வாரி சுத்தம் செய்தால் பலன் இருக்குமே?' என்றேன்.

'அது அவ்வளவு சீக்கிரம் பயன் தராது. தங்கத்தைப் பிரிக்கும் பாதரசமும், சயனைடும் தண்ணீரில் கலந்துவிட்டன. இந்த நச்சுப் பொருட்கள் சுற்றுச்சூழலில் இருந்து மறைந்துபோகப் பல வருடங்களாகும். சாதாரணமாகக் குடிநீரின் கலங்கல் தன்மை ஐந்நூறு NTU என்ற அளவில் இருக்க வேண்டும். ஆனால் எங்கள் நதிகளில் அது பன்னிரண்டாயிரம் முதல் பதினான்காயிரம் NTU வரை சென்றுவிட்டது. இப்படியே நிலைமை நீடித்தால், 2030க்குள் கானாவுக்குக் குடிநீரை இறக்குமதி செய்ய வேண்டியிருக்கும்.'

'அமா, சுற்றுச்சூழல் போல் மக்களின் சுகாதாரமும் பாதிக்கப்பட்டிருக்குமே?'

'ஆமாம், என் கிராமத்தில் கர்ப்பிணிப் பெண்கள் பலருக்குப் பிறவிக் குறைபாடுகளுடன் குழந்தைகள் பிறக்கின்றன. பாதரச நச்சு குழந்தைகளின் மூளை வளர்ச்சியைப் பாதிக்கிறது. சிறுநீரகச் செயலிழப்பு, புற்றுநோய், சுவாசப் பிரச்சினைகள் எல்லாம் இப்போது வாடிக்கையாகிவிட்டன. குமாஸி நகரில் உள்ள ஆய்வகத்தில், உயிரிழந்த தாய்மார்களின் உடல்களில் இருந்து எடுக்கப்பட்ட மாதிரிகளில் அதிக அளவு பாதரசமும் ஈயமும் கண்டுபிடிக்கப்பட்டுள்ளன.'

'அரசாங்கம் என்ன செய்கிறது?'

'அரசாங்கம் பல ராணுவ நடவடிக்கைகளை எடுத்தது. ஆபரேஷன் வாங்குவார்ட், ஆபரேஷன் ஹால்ட் போன்ற பெயர்களில் படைகளை அனுப்பினார்கள். இயந்திரங்களைப் பறிமுதல் செய்து எரித்தார்கள். ஆனால், பறிமுதல் செய்யப்பட்ட ஐந்நூறு அகழ்வாராய்ச்சி இயந்திரங்கள் மாயமாய் மறைந்தன. சில அரசியல்வாதிகளும், உள்ளூர்த் தலைவர்களும் இதில் பங்குதாரர்களாக இருக்கும்போது, சட்டங்கள் காகிதத்தில் மட்டும்தான் வேலை செய்யும்.

அதுமட்டுமில்லை, ஆளும் கட்சியின் பிராந்தியத் தலைவருக்குச் சொந்தமான சுரங்க நிறுவனம் எந்த அனுமதியும் இல்லாமல் இயங்கி வருவது கண்டுபிடிக்கப்பட்டது. ஆனால் அவர் மீது இன்னும் வழக்குத் தொடரப்படவில்லை. துபாய் போன்ற நகரங்களில் தொழில்நுட்பம் இயற்கையை மேம்படுத்தப் பயன்படுகிறது. ஆனால் கானாவில் அதே தொழில்நுட்பம் இயற்கையை அழிக்கப் பயன்படுகிறது.'

'இதற்குத் தீர்வு ஏதாவது இருக்க வேண்டுமல்லவா?'

'சரியான கேள்வி. இதே கேள்வி எங்கள் ஊரில் உள்ள பலரது மனத்திலும் வந்தது. நான் சென்றமுறை கானா சென்றிருந்தபோது பார்த்தேன், தன்னார்வலர்கள் அரசுடன் சேர்ந்து வற்றிய சுரங்கப் பகுதிகளில் மீண்டும் மரக்கன்றுகள் நடுகிறார்கள். மண் மற்றும் நீர் சுத்திகரிப்புத் திட்டங்கள் ஆரம்பமாகியுள்ளன. புதிய ஜனாதிபதி மகாமா, காப்புக்காடு பகுதிகளில் சுரங்கத்தைத் தடை செய்யும் சட்டத்தை இயற்றப்போவதாக உறுதியளித்துள்ளார். இவை

எல்லாம் முழுமையாகப் பலன் தரப் பல காலம் ஆகும். ஆனால் குறைந்தபட்சம் ஓர் ஆரம்பமாக இருக்கும்' என்றாள்.

அவள் மீண்டும் தன் மடிக்கணினியைத் தன் பக்கம் திரும்பினாள். நான் அவளிடமிருந்து விடைபெற்றேன். நூலகத்தை விட்டு வெளியேறும்போது அமாவின் வார்த்தைகள் மனதில் ஒலித்துக்கொண்டிருந்தன. 'தங்கம் நிலையற்றது, கல்விதான் நிரந்தரம்.'

ஒரு கேள்வி மட்டும் எஞ்சியிருந்தது. உலகின் எந்தத் தேசமாக வேண்டுமானாலும் இருக்கட்டும், அதன் வளங்கள் யாருக்காகச் சுரண்டப்படுகின்றன? இறுதியில் அதற்கான விலையைக் கொடுப்பது யார்?

9. நீராலான நிலம்

எனக்கு முன்னால் இருந்த மேசையிலிருந்து நீல நிற வரைபடம் நழுவித் தரையில் விழுந்தது. அதை எடுக்க நான் குனிந்தபோது, எதிரே இருந்த இளைஞனும் அதேநேரத்தில் அதை எடுக்கக் குனிந்தான்.

'மன்னிக்கவும், கவனிக்கவில்லை' என்றேன் அதை அவனிடம் நீட்டியபடி.

'பரவாயில்லை, இது பழைய வரைபடம். நான்தான் கவனமில்லாமல் புத்தகத்தை நகர்த்தினேன், அது நழுவிவிட்டது' என்று பேசிக்கொண்டே அந்த வரைபடத்தை மேசையில் விரித்துச் சரிசெய்தான். அவன் சொன்னது போலவே அது மிகவும் பழைமையான காகிதம் போல் தெரிந்தது.

அவன் பெயர் காரிம். லிபியாவின் திரிபோலி நகரைச் சேர்ந்தவன். நீர்வளப் பொறியாளராகத் தற்போது துபாயில் பணியாற்றி வருகிறான். அவன் சிறந்த வாசகன் மட்டுமல்ல, அவ்வப்போது லிபியாவின் முன்னணிப் பத்திரிகைகளில் சுற்றுச்சூழல் மற்றும் நீர் மேலாண்மை குறித்துத் தொடர்ந்து எழுதியும் வருகிறான். அடுத்து எழுதப்போகும் கட்டுரைக்காக அந்தப் பழைய வரைபடத்தை ஆராய்ந்துகொண்டிருந்தான்.

'இது ஏதாவது எண்ணெய்ச் சுத்திகரிப்பு நிலையமா?' என்று அந்தப் படத்தைப் பார்த்துக் கேட்டேன்.

'இல்லை... இது நதி. மனிதனால் உருவாக்கப்பட்ட மகாநதி *(Great Man-Made River)*. என் தந்தை முப்பதாண்டுகள் இந்தத் திட்டத்தில்தான் பணியாற்றினார். சிறுவனாக இருந்தபோது அந்த ராட்சதக் குழாய்களுக்குள் நான் சென்றது இப்போதும் நினைவிருக்கிறது. திரிபோலியில் வளர்ந்தபோது, கோடைக்காலத்திலும் எங்கள் வீட்டுத் தோட்டம் பசுமையாக இருக்கும். குழாயைத் திறந்தால் தண்ணீர் வரும். லிபியாவின் அந்தப் பாலைவனச் சூழலிலும் தண்ணீர் எங்களுக்கு இயல்பான வசதியாக இருந்தது' என்றான்.

அவன் தன் அலைபேசியில் இருந்த புகைப்படத்தைக் காட்டினான். அதில் அவன் தந்தை ஒரு பிரம்மாண்டமான கான்கிரீட் குழாய்க்கு முன்னால் நின்றுகொண்டிருந்தார்.

'லிபியா என்றாலே பலருக்கும் எண்ணெய்தான் நினைவுக்கு வரும். ஆனால், எங்களின் உண்மையான செல்வம் சஹாரா பாலைவனத்தின் அடியில் புதைந்திருக்கும் நன்னீர்க் கடல்' என்றான் காரிம்.

'பாலைவனத்துக்கு அடியில் நன்னீரா?'

'ஆமாம். சுமார் இருபதாயிரம் ஆண்டுகளுக்கு முன்பு, பூமி முழுவதும் பனியால் மூடப்பட்டிருந்த பனியுகமாக இருந்தது *(Ice Age)*. இன்று பாலைவனமாக இருக்கும் சஹாரா பகுதி, அப்போது அதிக மழைப்பொழிவைக் கொண்ட பசுமையான இடமாக இருந்தது. அச்சமயத்தில் பெய்த மழை பூமிக்குள் இறங்கி மணற்கல் அடுக்குகளுக்கு இடையே தேங்கியது. இதை 'படிம நீர்' *(Fossil Water)* என்போம். ஒருமுறை செலவழித்துவிட்டால் மீண்டும் இது ஊற்றெடுக்காது.'

'திரிபோலி போன்ற நகரங்கள் கடற்கரையில் இருக்கின்றன. ஆனால் தண்ணீர் ஆயிரக்கணக்கான கிலோமீட்டர் தள்ளி பாலைவனத்தின் அடியில் இருக்கிறது. இந்த இடைவெளியைக் குறைக்கத்தான் அன்றைய அரசு நான்காயிரம் கிலோமீட்டர் நீளத்திற்கு ராட்சதக் குழாய்களைப் பதித்தது.'

காரிம் சொல்வதைக் கேட்கும்போது எண்ணெய் எடுக்கப் போடப்படும் ராட்சதக் குழாய்கள் என் நினைவுக்கு வந்தன. ஆனால் அவன் பேசத் தொடங்கியது இதுவரை நான் கேள்விப்படாத எட்டாவது அதிசயத்தைப் பற்றி.

‘இந்தத் திட்டத்துக்காகப் பயன்படுத்தப்பட்ட சிமெண்ட் மற்றும் கற்களைக் கொண்டு எகிப்தின் புகழ்பெற்ற ‘கிசா’ பிரமிடுகள் போன்று இருபது பிரமிடுகளைக் கட்டிவிடலாம். அந்தக் குழாய்களின் வலிமைக்காக அதன் மேல் சுற்றப்பட்ட எஃகு கம்பிகளை மட்டும் பிரித்து நீட்டினால், அவற்றைக் கொண்டு பூமியை இருநூற்று எண்பது முறை சுற்றிவிடலாம். நான்கு மீட்டர் விட்டம் கொண்ட இந்தக் குழாய்களுக்குள் பேருந்து தாராளமாகச் சென்று வரும்.’

‘மிக முக்கியமாக, இருபத்தைந்து பில்லியன் டாலர் செலவில் உருவான இந்தத் திட்டத்திற்காக லிபியா யாரிடமும் பைசா கூடக் கடன் வாங்கவில்லை. முழுக்க முழுக்கத் தன் நாட்டு எண்ணெய் வருவாயிலேயே இதைக் கட்டி முடித்தது’ என்று அவன் அடுக்கிக் கொண்டே போன தகவல்கள் பிரமிக்க வைத்தன.

அந்தப் படத்தின் ஒரு பகுதியைச் சுட்டிக்காட்டினான். அதில் சில இடங்களைச் சிவப்பு மையால் குறித்து வைத்திருந்தான்.

‘ஆனால் இன்று நிலைமை மாறிவிட்டது’ என்று தன் மடிக்கணினியின் திரையை நோக்கினான் காரிம். ‘2011 உள்நாட்டுப் போரின்போது பல நீர் விநியோகத் தளங்கள் சேதமடைந்தன. பராமரிப்புப் பணிகள் முறையாக நடக்கவில்லை. சமீபத்தில் என் தங்கையிடம் பேசும்போது, திரிபோலியில் இப்போது அடிக்கடி தண்ணீர் விநியோகம் தடைபடுவதாகச் சொன்னாள். அந்த ராட்சதக் குழாய்கள் இப்போது பல இடங்களில் சிதைந்து கிடக்கின்றன. அதனால்தான் இந்த வரைபடத்தை ஆதாரமாக வைத்துக் கட்டுரை எழுதிக்கொண்டிருக்கிறேன்.’

அவன் தட்டச்சு செய்துகொண்டிருந்த கட்டுரையின் முக்கியத் தரவுகளை என்னிடம் பகிர்ந்தான்.

‘லிபியாவில் எங்களிடம் அபரிமிதமான நீர் இருந்தபோது, விவசாயத்திற்காக எண்பத்தைந்து சதவீத நீரைச் செலவழித்தோம். அதில் பெரும் பகுதி வீணானது. இப்போதுதான் நீர் மேலாண்மையின் அவசியம் புரிகிறது. இந்த நீர்வளம் புதுப்பிக்க முடியாதது, இன்னும் நூறு ஆண்டுகளில் தீர்ந்துவிடும் என்று ஆய்வுகள் எச்சரிக்கின்றன.

என் தந்தையின் தலைமுறை இந்தத் திட்டத்தை நிர்மாணித்தது. என் தலைமுறை இதைச் சிதைந்து போகாமல் காப்பாற்ற வேண்டும். துபாயில் நான் கற்றுக்கொள்ளும் நவீன நீர் மேலாண்மை முறைகளை லிபியாவின் சூழலுக்கு ஏற்ப எப்படிப் பயன்படுத்தலாம் என்பதுதான் என் கட்டுரையின் மையப்பொருள்' என்றான் காரிம். அவனது குரலில் பொறியாளருக்குரிய தெளிவும், எழுத்தாளருக்கு உரித்தான சமூக அக்கறையும் ஒருங்கே கலந்திருந்தன.

அந்தக் கட்டுரையை அன்றிரவுக்குள் அனுப்ப வேண்டும் என்று காரிம் முன்பே சொல்லியிருந்தான். அதற்கு மேல் தொந்தரவாக இருக்க வேண்டாம் என்று அவனிடமிருந்து விடைபெற்றேன்.

'உங்களிடம் பேசியதில் என் கட்டுரை எழுதச் சரியான வடிவம் கிடைத்துவிட்டது. மிக்க நன்றி மேடம்,' என்று சொல்லிவிட்டுத் தன் எழுத்துப் பணியைத் தொடர்ந்தான்.

10. பாரம்

நீண்ட நாள்களுக்குப் பிறகு முகமது குட்டியைப் பார்த்தேன். எப்போதும் போல். சினேகமான புன்னகையுடன் முகமன் கூறினான். அவன் அருகில் இளைஞன் ஒருவன் நின்றிருந்தான்.

'மேடம், இது அப்துல். என்னுடன் வேலையில் உதவியாளராகச் சேர்ந்திருக்கிறான்' என்று அப்துலை அறிமுகம் செய்தான்.

அப்துல், மியான்மர் நாட்டைச் சேர்ந்த ரோஹிங்கியா இளைஞன். முகமது குட்டி காபி போடச் சென்றபோது, 'மியான்மரின் எந்தப் பகுதி அப்துல்?' என்று பேச்சைத் தொடங்கினேன்.

அவன் நிமிர்ந்து பார்த்து, 'ரக்கைன் *(Rakhine)* மேடம். ஆனால் இப்போது அங்கே என் வீடு இல்லை. எரிந்துவிட்டது. என் குடும்பம் இப்போது வங்கதேச அகதி முகாமில் இருக்கிறது' என்றான்.

'எப்படி எரிந்தது அப்துல்? விபத்தா?' என்று கேட்டேன்.

'இல்லை மேடம், அது திட்டமிட்ட அழிப்பு. 2017 ஆகஸ்ட் மாதம் ஒரு நள்ளிரவில் ராணுவம் எங்கள் கிராமத்தைச் சூழ்ந்தது. எங்களை வீட்டை விட்டு வெளியே இழுத்துப் போட்டார்கள். கண்ணெதிரே பெட்ரோல் ஊற்றி வீடுகளுக்குத் தீ வைத்தார்கள். மூங்கில் வீடுகள் என்பதால் சில நிமிடங்களிலேயே எல்லா

வீடுகளும் சாம்பலாகிவிட்டன. தப்பியோடியவர்களைத் துரத்திச் சுட்டார்கள். எஞ்சியிருந்தவர்கள் காடுகளுக்குள் ஓடினோம். பின்னால் திரும்பிப் பார்த்தபோது வானமே ரத்தச் சிவப்பாக எரிந்துகொண்டிருந்தது. அந்தத் தீ வெளிச்சத்தில்தான் நாங்கள் வங்கதேச எல்லை நோக்கி ஓடி வந்தோம்' என்றான்.

அவன் சொல்லச் சொல்லக் காட்சிகள் என் கண் முன் விரிந்தன. மௌனமாக இருந்தேன்.

'நாங்கள் அதையெல்லாம் கடந்து வந்துவிட்டோம்' என்றான்.

அகதிகளாக அமீரகத்திற்குள் நுழைய முடியாது என்று எப்போதோ நண்பன் சொன்னது ஞாபகம் வந்தது. 'பாஸ்போர்ட் எப்படிக் கிடைத்தது?' என்று மெல்லக் கேட்டேன்.

அவன் சில நொடிகள் தயங்கிவிட்டுச் சொன்னான். 'உண்மையைச் சொல்ல வேண்டுமென்றால், என்னிடம் இருப்பது வங்கதேச பாஸ்போர்ட் மேடம். முகாமிலிருந்து வெளியேற வேறு வழியில்லை. பெரும் பணம் கொடுத்து, வங்கதேச முகவரி மூலம் அந்தப் பாஸ்போர்ட்டைப் பெற்றேன். சட்டப்படி நான் இப்போது வங்கதேசக் குடிமகன். ஆனால் என் மொழி, இனம் எல்லாமே மியான்மர் சார்ந்தது. போலி அடையாளத்தைச் சுமந்துகொண்டு வாழ்வது எவ்வளவு பெரிய பாரம் தெரியுமா?'

அப்துல் பேசப் பேச ரோஹிங்கியா மக்களின் வாழ்க்கைச் சித்திரத்தைத் தரிசிக்க முடிந்தது. 1982ஆம் ஆண்டு மியான்மர் அரசு கொண்டுவந்த சட்டத்தினால் குடியுரிமை பறிக்கப்பட்ட மக்கள் இவர்கள். சொந்த மண்ணிலேயே அந்நியர்களாக மாற்றப்பட்ட கதையை அவன் விவரித்தான்.

'தலைமுறைகளாக அந்த மண்ணில் வாழ்ந்தோம், ஆனால் அரசாங்கம் எங்களை அங்கீகரிக்கவில்லை. 2017 ஆகஸ்ட் மாதத்தை என்னால் மறக்க முடியாது. ராணுவம் கிராமங்களை வேட்டையாடியபோது, உயிரைக் காக்க ஏழு லட்சம் பேர் எல்லையை நோக்கி ஓடினோம்' என்ற அப்துல், படகுப் பயணத்தை விவரிக்கத் தொடங்கினான்.

'சிறிய மீன்பிடிப் படகில் நூற்றுக்கணக்கானவர்கள் நெரிசலாக அமர்ந்திருந்தோம். கால்களை நீட்டக்கூட இடமில்லை. வங்காள

விரிகுடாவில் பத்து நாட்கள் தத்தளித்தோம். எங்கும் கடல் நீர், ஆனால் தொண்டையை நனைக்கச் சொட்டுத் தண்ணீர் இல்லை. என் பக்கத்தில் அமர்ந்திருந்த சிறுமி தாகத்திலேயே என் மடியில் சரிந்து இறந்துவிட்டாள். அவளைக் கடலில் இறக்கிவிட்டபோது என் அம்மா கதறி அழுத சத்தம் இப்போதும் நடுக்கடலின் இரைச்சலோடு கலந்து என் காதுகளில் ஒலிக்கிறது.'

'இப்போது முகாமில் நிலைமை எப்படியிருக்கிறது?' என்று கேட்டபோது அவன் முகம் யோசனையில் ஆழ்ந்தது.

'காக்ஸ் பஸார் *(Cox's Bazar)* முகாம் என்பதுதான் நாங்கள் தப்பிப் பிழைக்கக் கிடைத்த இடம். இருபத்து நான்கு சதுர கிலோமீட்டர் பரப்பளவுக்குள் பத்து லட்சம் பேர் அடைபட்டுக் கிடக்கிறோம். மூங்கிலாலும் தார்ப்பாலினாலும் ஆன கூடாரங்களுக்குள்தான் வாழ்க்கை. அங்கே பல லட்சம் குழந்தைகள் இருக்கிறார்கள். என் தம்பிக்குப் பதினான்கு வயது. அவன் நன்றாகப் படிப்பான், ஆனால் பள்ளிக்குச் செல்ல அவனிடம் எந்த ஆவணமும் இல்லை. நான்கு தார்ப்பாலின் சுவர்களுக்குள் அவனுடைய கனவுகள் முடங்கிக் கிடக்கின்றன.'

'நிலைமை சீரான பிறகு மீண்டும் மியான்மருக்கே போக முடியாதா அப்துல்?' என்று கேட்டேன்.

அவன் பெருமூச்சுடன் ஆரம்பித்தான். 'அங்கே இன்னும் பாதுகாப்பு இல்லை மேடம். அப்படியே அங்கு சென்றாலும் சுதந்தரமாக நடமாட முடியாது. எங்களுடைய அடிப்படை உரிமைகள் அனைத்தும் அங்கே மறுக்கப்படுகின்றன. மீண்டும் பழைய நரகத்திற்குள் செல்ல யாருக்கும் விருப்பமில்லை. முகாமுக்கு வெளியே உள்ள வங்கதேசப் பள்ளியில் என் தம்பியைச் சேர்க்கத் தரகர்கள் மூலம் பெரும் பணம் கொடுத்து ஏற்பாடு செய்து கொண்டிருக்கிறேன். அவன் எப்படியாவது படித்து, ஏதாவது நாட்டின் சட்டபூர்வக் குடிமகனாக மாறிவிட வேண்டும்.'

'எல்லாம் நடக்கும் அப்துல். இங்கிருந்து முகாமுக்குப் பணம் அனுப்புவது சாத்தியமா?' என்று என் மனத்திலிருந்த சந்தேகத்தைக் கேட்டேன்.

'வங்கி மூலம் அனுப்ப முடியாது. வங்கதேச ஏஜெண்டுகள் சிலரின் துணையோடு *'bKash'* அல்லது *'Nagad'* போன்ற கைபேசி

செயலிகள் மூலமாகத்தான் பணம் அனுப்புகிறேன். முகாமில் இருப்பவர்களிடம் உள்ளூர் மக்களின் பெயரில் வாங்கப்பட்ட சிம் கார்டுகள் இருக்கும். அதன் மூலம் பணத்தைப் பெற்று, முகாமுக்கு அருகிலுள்ள கடைகளில் ரொக்கமாக மாற்றிக்கொள்வார்கள். இந்தச் சிக்கலான வழியில் நான் அனுப்பும் பணத்தில்தான் என் அம்மா குடும்பத்தைப் பார்த்துக்கொள்கிறார்' என்று சொல்லும்போது அவன் குரலில் நிம்மதி தெரிந்தது.

'தேசம் என்பது எல்லைக்கோடுகள் மட்டுமல்ல, அது நம் அடையாளம். என் தாத்தாவின் கல்லறை இருக்கும் மண்ணுக்கு எப்போது திரும்புவேன் என்று தெரியவில்லை' என்று சொல்லிவிட்டுச் சில நொடிகள் அமைதியானான்.

நானும் அமைதியானேன்.

'உங்களுக்கு நல்ல சுலைமானி போட்டுக் கொடுக்கட்டுமா?' என்றான் புன்னகைத்தபடி.

'அதன் விலை என்ன?' என்று கேட்டேன்.

'பரவாயில்லை மேடம்,' என்று கூறி புதினாவும் இஞ்சியும் தட்டிப் போட்டு, சுடச்சுடச் சுலைமானியை வழங்கினான்.

முகமது குட்டி திரும்பி வர, அப்துல் அவனுக்கு உதவச் சென்றான். நாடற்றவனின் வலியையும், போலி அடையாளங்களுக்குப் பின்னால் மறைந்திருக்கும் இனத்தின் போராட்டத்தையும் அந்தச் சந்திப்பு எனக்குப் புரிய வைத்தது. அவன் கனவுகள் அனைத்தும் நிறைவேற வேண்டும் என்று மனத்திலிருந்து பிரார்த்தித்தேன்.

11. புள்ளியும் விவரமும்

நூலகத்தின் பொருளாதாரப் பிரிவில் இருந்தேன். என் அருகில் அமர்ந்திருந்தவர் *'Economic Crisis Management'* என்ற புத்தகத்தை மும்முரமாகப் படித்துக்கொண்டிருந்தார். அந்தப் புத்தகத்தின் தலைப்பு சிவப்பு நிறத்தில் பளிச்சென்று தெரிந்தது. அதன் பொருளடக்கத்தையாவது பார்த்துவிட வேண்டும் என்ற ஆவல் எனக்குள் எழுந்தது.

அவர் வாசிப்பிலிருந்து ஒரு சிறு இடைவேளை எடுத்தபோது பேச்சுக் கொடுத்தேன். அவர் பெயர் சமந்த பெரேரா. இலங்கையின் கொழும்பைச் சேர்ந்தவர். தற்போது துபாயில் ஹோட்டல் மேலாளராகப் பணியாற்றுகிறார். புத்தகத்தைப் பற்றிக் கேட்டேன்.

'பொருளாதாரம் சார்ந்த புத்தகங்கள் வாசிப்பது எனக்கு மிகவும் பிடிக்கும். நான் ஹோட்டல் மேனேஜ்மென்ட் பயின்றவன். இருந்தாலும் தேசத்தின் பொருளாதார நிலையைப் புரிந்துகொள்ள வேண்டும் என்பதற்காக இதுபோன்ற புத்தகங்களைத் தேடி வருவேன்' என்றார் புன்னகையுடன்.

புத்தகத்தைப் பற்றிப் பேசிக்கொண்டிருந்த நாங்கள், இயல்பாக இலங்கையின் பொருளாதார நிலையைப் பற்றிப் பேச ஆரம்பித்தோம்.

'அந்தப் புத்தகத்தில் இருப்பதை விடவும் மோசமான நெருக்கடியை நாங்கள் நேரில் பார்த்துவிட்டோம். எல்லாவற்றுக்கும் தொடக்கமாக

2019ஆம் ஆண்டு இருந்தது. அரசாங்கம் வரிகளைக் குறைத்தது. நாட்டின் பணவீக்கம் அதிகமானது. அதேசமயம் கோவிட் பெருந்தொற்றும் தலைவிரித்து ஆடத் தொடங்கி இருந்தது. தவறான விவசாயக் கொள்கைகள், வெளிநாட்டுக் கடன்கள் என எல்லாம் சேர்ந்து நாட்டைக் கடனில் மூழ்கடித்தன. 2022 ஏப்ரலில், இலங்கை வரலாற்றில் முதல் முறையாக வெளிநாட்டுக் கடனைத் திரும்பச் செலுத்த முடியாமல் கைவிரித்தோம். தேசம் திவாலானது', விவரித்தபடியே புத்தகத்தை மூடினார்.

'சாமானிய மக்களின் வாழ்க்கை புரட்டிப் போடப்பட்டிருக்குமே?'

'மொத்த இலங்கையும் ஸ்தம்பித்துப்போனது. இது ஒருநாள், இரண்டு நாள் காட்சியாக இருந்துவிட்டுப் போகவில்லை. மக்கள் தினந்தோறும் வாழப் போராட வேண்டியிருந்தது. நாங்கள் அப்போது சந்தித்தது வெறும் பண நெருக்கடி மட்டுமல்ல, மக்களின் நம்பிக்கையின் வீழ்ச்சி.'

சிறிய மௌனத்துக்குப் பின், சமந்த தன் ஹோட்டல் தொழிலைப் பற்றிப் பேசத் தொடங்கினார்.

'தந்தை ஆரம்பித்த தொழில். நிம்மதியான நடுத்தர வாழ்க்கை. ஆனால் 2022 மார்ச்சில் எல்லாம் மாறியது. முதலில் மின்சாரம் போனது. ஜெனரேட்டர் மூலம் இயக்கலாம் என்றால் பெட்ரோல் பங்குகளில் கிலோமீட்டர் கணக்கில் வரிசை. மூன்று நாட்கள் காத்திருந்து வெறும் ஐந்து லிட்டர் பெட்ரோல் வாங்கி வந்த நாட்களும் உண்டு. சில நேரங்களில் வரிசையில் நின்றவர்களை 'பெட்ரோல் தீர்ந்துவிட்டது' என்று சொல்லித் திருப்பி அனுப்பிவிடுவார்கள்.

பணம் இருந்தும் கடைகளில் பால் பவுடர் கிடைக்காதபோது மக்கள் தவித்த தவிப்பு இருக்கிறதே... அது வார்த்தைகளால் சொல்ல முடியாதது. குழந்தைகளுக்குப் பால் கொடுக்க முடியாமல் தாய்மார்கள் அழுதார்கள். மருந்துக் கடைகளில் இன்சுலின் இல்லை. பணவீக்கம் எழுபது சதவீதத்தைத் தாண்டியபோது, முட்டை என்பது நடுத்தரக் குடும்பங்களுக்கு அரிதான உணவாகிப் போனது. நூறு ரூபாய்க்கு வாங்கிய பொருட்களின் விலை ஆயிரத்துக்குப் பக்கத்தில் சென்றன.'

அவ்வப்போது தொலைக்காட்சியில் பார்த்த காட்சிகள் நினைவுக்கு வந்தன. அவர் தொடர்ந்து பேசினார்.

'ஐந்து லட்சம் பேர் வேலை இழந்தார்கள். பெரும்பாலும் தொழில் மற்றும் சேவைத் துறைகளில் பெண்களே அதிகம் பாதிக்கப்பட்டனர். காகிதம் இல்லாததால் பள்ளித் தேர்வுகள் ரத்து செய்யப்பட்டன. அச்சிடும் காகிதம், மை என எதையும் இறக்குமதி செய்ய வெளிநாட்டுப் பணம் இல்லை. எங்கள் பிள்ளைகளின் எதிர்காலம் இருண்டு போனது. ஆட்டோ ஓட்டுநர்கள் பெட்ரோலுக்காக வரிசையில் நின்ற மூன்று நாட்களும் அவர்களுடைய குடும்பங்கள் பட்டினி கிடந்தன.

மக்களின் பொறுமைக்கு எல்லை உண்டுதானே? அதனால்தான் 2022 ஜூலையில் 'கோட்டா கோ கம' (Gota Go Gama) என்ற முழக்கம் நாடெங்கும் ஒலித்தது. ஜனாதிபதி அரண்மனையை மக்கள் ஆக்கிரமித்த அந்த நாள் ஒரு புதிய அத்தியாயம். அதன் பிறகு வந்த புதிய அரசாங்கம், சர்வதேச நாணய நிதியத்தின் (IMF) கடன் உதவித் திட்டம் என மெல்ல மீண்டு வருகிறோம். ஆனால் வரிகள் உயர்வு, எரிபொருள் விலை ஏற்றம் என ஏழைகளுக்கு வாழ்க்கை இன்னும் கடினமாகவே இருக்கிறது.'

இப்போது வந்திருக்கும் அரசு பரவாயில்லை என்று கேள்விப்பட்டேன்.

புள்ளிவிவரங்கள் நம்பிக்கை தருகின்றன. 2024இல் பொருளாதார வளர்ச்சி ஐந்து சதவீதத்தை எட்டியது. சுற்றுலாப் பயணிகள் மீண்டும் வரத் தொடங்கியுள்ளனர். ஆனால், எங்களைப் போன்றவர்களின் தனிப்பட்ட இழப்புகள் ஈடுசெய்ய முடியாதவை. என் ஹோட்டலை 2022 ஜூலையில் மூடிவிட்டேன். என் தந்தையின் கனவு கண்ணெதிரே நொறுங்கியது. என் மனைவி ஒரு பள்ளி ஆசிரியை. அவர் சம்பளம் மட்டுமே எங்கள் குடும்பத்தை நடத்தப் போதாது.

அந்தச் சமயம் என்னிடம் பாஸ்போர்ட் கூடக் கிடையாது. எதற்கும் இருக்கட்டும் என்றுதான் விண்ணப்பித்தேன். அப்போது துபாய் வரும் எண்ணமெல்லாம் இல்லை. ஆனால் என் மகனின் எதிர்காலத்துக்காக இங்கு வந்து இறங்கினேன். என்னைப் போல வெளிநாடுகளில் வேலை செய்பவர்கள் அனுப்பும் பணம்தான்

இன்று தேசத்தின் அந்நியச் செலாவணி இருப்புக்கு வலுசேர்க்கிறது. ஆனால் எங்கள் குடும்பங்கள் பிரிந்திருக்கின்றன. என் மகன் வளர்வதை என்னால் நேரில் பார்க்க முடியவில்லை' என்று பேசியபடி தன் குடும்பப் புகைப்படத்தை அலைபேசியில் காண்பித்தார்.

'அழகான குடும்பம்' என்றேன்.

'எங்கள் தேசம் மீண்டும் எழும். அன்று நான் கொழும்புக்குத் திரும்புவேன். என் மகனுக்கு அங்கே நல்ல எதிர்காலம் அமையும். நம்பிக்கையுடன் இருக்கிறேன், பார்க்கலாம்' என்று சொல்லியபடி என்னிடமிருந்த அலைபேசியை வாங்கி அந்தப் புகைப்படத்தைப் பார்த்தார்.

ஒரு தேசத்தின் வீழ்ச்சி என்பது வெறும் புள்ளிவிவரம் அல்ல. அது சமந்த போன்றவர்களின் சிதைந்த கனவுகளும், பிரிந்திருக்கும் குடும்பங்களின் வலிகளும் என்பதை அந்தச் சந்திப்பு எனக்குப் புரிய வைத்தது.

12. குங்கிலியம்

நூலகத்தின் கீழ்த்தளத்தில் உள்ள கேஃபடேரியாவில் காபி அருந்திக்கொண்டிருந்தேன். என் எதிரே இருந்த நாற்காலி காலியாக இருந்தது. சில நிமிடங்கள் கழித்து அங்கு வந்த முதியவர் ஒருவர், 'இங்கு யாராவது அமர வருவார்களா?' என்று கேட்டார்.

'இல்லை, உட்காருங்கள்' என்றேன். மற்ற அரபிகளைப் போல் வெள்ளை நிற கந்துரா அணிந்திருந்தாலும், அவர் தலையில் இருந்த அந்தத் தொப்பி அவரை ஓமானியர் என்று காட்டியது. ஓமானியர்கள் கைவேலைப்பாடு மிகுந்த 'கும்மா' *(Kumma)* தொப்பிகளை அணிவார்கள். அவர் அமர்ந்த சில விநாடிகளில் ஒரு செறிவான நறுமணம் அந்த மொத்த இடத்தையும் ஆக்கிரமித்தது. அவர் செல்வதற்குள் அது என்ன நறுமணம் என்று கேட்டுவிட வேண்டும் என்று நினைத்துக்கொண்டேன்.

இருவரும் முகமன் கூறிக்கொண்டோம். பொதுவாக ஓமன் என்றாலே மஸ்கட் மட்டும்தான் பலருக்கு நினைவுக்கு வரும். ஆனால் அவர் 'நிஸ்வா' *(Nizwa)* என்ற ஊரைச் சேர்ந்தவர். பெயர் ஷேக் சலீம் அல்-அலவி.

'எனக்கு ஓமன் என்றால் அதன் பிரம்மாண்டமான கோட்டைகள்தான் நினைவுக்கு வரும்' என்றேன்.

அவரது சுருங்கிய கண்களில் சந்தோஷம் தெரிந்தது. நாம் இன்று காணும் அமைதியான ஓமனுக்குப் பின்னால் ஒரு மாபெரும்

கடலாதிக்கப் பேரரசின் கதை ஒளிந்திருப்பதை விவரிக்க ஆரம்பித்தார். பதினேழாம் நூற்றாண்டில் போர்த்துக்கீசியர்களை இந்தப் பிராந்தியத்திலிருந்து விரட்டியடித்த முதல் அரபு நாடு ஓமன்தான். அதன் பிறகு பத்தொன்பதாம் நூற்றாண்டில் ஆப்பிரிக்காவின் சான்சிபார் முதல் பாகிஸ்தானின் குவாடர் வரை அரபிக்கடலின் அரசியாக ஓமன் கோலோச்சியது.

'இன்றும் சான்சிபாரில் எங்களுடைய கட்டடக்கலையையும் மொழியின் தாக்கத்தையும் நீங்கள் பார்க்கலாம்' என்று அவர் சொன்னபோது, ஒரு பாலைவன நாடு எப்படி இந்தியப் பெருங்கடல் முழுவதையும் தன் கட்டுப்பாட்டில் வைத்திருந்தது என்ற வியப்பு என்னுள் எழுந்தது.

அவர் தன் பையிலிருந்து ஒரு சிறிய விரலளவுள்ள சுருக்குப் பையை எடுத்தார். அதைத் திறந்தபோது வெளிப்பட்ட அடர்த்தியான நறுமணம் அந்தச் சிற்றுண்டி விடுதி முழுவதையும் ஆக்கிரமித்தது. 'ஃபிராங்கின்சென்ஸ்' *(Frankincense)* எனப்படும் குங்கிலியத்தின் வாசனை என்று என் நாசி கண்டுபிடித்துவிட்டது. எண்ணெய்க் கிணறுகள் தோன்றுவதற்குப் பல்லாயிரம் ஆண்டுகளுக்கு முன்பே இந்த நறுமணம்தான் அந்தத் தேசத்தின் முதுகெலும்பாக இருந்திருக்கிறது என்று எப்போதோ எங்கோ படித்த ஞாபகம் வந்தது.

அந்த நினைவை அவரிடம் பகிர்ந்தேன்.

'தெற்கு ஓமனின் தோஃபார் *(Dhofar)* பகுதியில் பாலைவனக் காற்றும், கடலின் ஈரமான பருவக்காற்றும் சந்திக்கும் இடத்தில் வளரும் 'போஸ்வெல்லியா சாக்ரா' *(Boswellia sacra)* மரங்களிலிருந்து இது கிடைக்கிறது. மரத்தின் பட்டையைச் சீவும்போது வடியும் பால் போன்ற திரவம், வெயிலில் காய்ந்து படிகங்களாக மாறுகிறது. இந்தப் படிகங்கள் பண்டைய காலத்தில் மிகவும் மதிப்புமிக்க பொருட்களாக இருந்தன.'

'அப்படியா?'

'ஆமாம். அன்று தங்கத்துக்கு நிகரான விலையில் இது விற்கப்பட்டது. ரோம் முதல் சீனா வரை ஒரு நீண்ட வணிகச் சங்கிலியை இந்தக் குங்கிலியம் உருவாக்கியிருந்தது. மேற்கே ரோமானியர்கள் தங்கள் வழிபாட்டுச் சடங்குகளுக்கும், செல்வந்தர்களின் இறுதி

ஊர்வலங்களுக்கும் டன் கணக்கில் இதைப் பயன்படுத்தினர். கிழக்கே சீனாவில் சாங் மற்றும் மிங் வம்சத்தினர் ஆட்சிக்காலத்தில், இது உயர்ந்த மருந்தாகவும் புனிதப் பொருளாகவும் மதிக்கப்பட்டது. சீனாவிலிருந்து பட்டும் பீங்கானும் ஓமனுக்கு வர, பதிலுக்குக் குங்கிலியமும் அரேபியக் குதிரைகளும் சென்றன. இன்றைய உலகமயமாக்கலுக்கு இந்த நறுமண வணிகமே முதல் வித்து.'

எனக்குத் தெரியாத பல விஷயங்களை அவர் சொல்லச் சொல்ல, நான் அமைதியாகக் கவனிக்கத் தொடங்கினேன்.

'பண்டைய கிரேக்கர்கள் இந்த மரங்களை இறக்கையுள்ள பாம்புகள் காவல் காப்பதாக நம்பினார்கள். மாவீரன் அலெக்சாண்டர் சிறுவனாக இருந்தபோது, கடவுளுக்குத் தூபமிட மிக அதிகமாகக் குங்கிலியத்தை அள்ளி நெருப்பில் போட்டாராம். அதைப் பார்த்த அவர் ஆசிரியர் லியோனிடாஸ், 'நீயாக ஒரு நறுமணத் தேசத்தைக் கண்டுபிடிக்கும் வரை இவ்வளவு வீணாக்காதே' என்று கண்டித்துள்ளார். பின்னாளில் உலகையே வென்ற அலெக்சாண்டர், தான் கைப்பற்றிய காசாவிலிருந்து ஐந்நூறு தாலந்து எடையுள்ள குங்கிலியத்தை லியோனிடாஸுக்கு அனுப்பி, 'இனிமேல் கடவுள்களிடம் கஞ்சத்தனம் காட்டாதீர்கள்' என்று செய்தி அனுப்பினாராம். அலெக்சாண்டரின் உலகப் பயணத்துக்கே ஒரு தூண்டுகோலாக இந்த நறுமணம் இருந்திருக்கிறது' என்று சிரித்தார்.

'குங்கிலியத்துக்குப் பின்னால் அலெக்சாண்டர் இருப்பார் என்று நான் எதிர்பார்க்கவில்லை' என்றேன் வியப்புடன்.

'இதற்கே ஆச்சரியப்பட்டால் எப்படி? இனி சொல்லப்போவதைக் கேட்டு என்ன செய்வீர்கள்?' என்ற புதிரோடு தொடர்ந்தார்.

'இயேசு கிறிஸ்து பிறந்தபோது மூன்று ஞானிகள் அவருக்கு வழங்கிய உயர்ந்த பரிசுகளில் ஒன்று இந்தக் குங்கிலியம். இது தூய்மையின் அடையாளமாகக் கருதப்பட்டது. ரோமானியப் பேரரசர் நீரோ, தன் மனைவியின் இறுதிச் சடங்கில் ஓராண்டு உற்பத்தியாகும் ஒட்டுமொத்தக் குங்கிலியத்தையும் எரித்ததாக ஒரு குறிப்பு உண்டு. இன்றும் கத்தோலிக்கத் தேவாலயங்களில் வீசும் அந்தப் புனிதமான மணம் ஓமன் மண்ணிலிருந்து சென்றதுதான்' அவர் பேசப் பேச என்னைச் சுற்றி அந்த நறுமணமும் அதன் வரலாறும் மட்டுமே நிறைந்திருந்தன.

‘தாலந்து என்ற வார்த்தையை முதல் முறை கேள்விப்படுகிறேன்’ என்றேன்.

அவர் புன்னகைத்தபடி, ‘தாலந்து (*Talent*) என்பது பண்டைய காலத்தில் பயன்படுத்தப்பட்ட ஒரு முக்கியமான எடை அளவு. இது தங்கம், வெள்ளி, குங்கிலியம் போன்ற விலையுயர்ந்த பொருட்களை அளவிடப் பயன்படுத்தப்பட்டது. இன்னும் புரியும்படி சொல்ல வேண்டுமென்றால் ஒரு தாலந்து என்பது சுமார் 26 முதல் 33 கிலோகிராம் வரை இருக்கும்’ என்றார்.

அவர் அங்கிருந்து விடைபெறும்போது, பையிலிருந்த குங்கிலியக் குப்பியை எனக்குப் பரிசாகக் கொடுத்தார். அதை நான் சிறிதும் எதிர்பார்க்கவில்லை. கிரேக்கக் கடவுள்களுக்குப் பிடித்த ஓமனின் வாசனை அன்று என்னையும் வசீகரித்துக் கொண்டது.

தன் வேர்களையும், வரலாற்றையும், ஓமனின் நறுமணத்தையும் சுமந்துகொண்டு அந்த முதியவர் மெல்ல நடந்து செல்வதைப் பார்த்துக்கொண்டிருந்தேன்.

13. ஆப்பிரிக்காவின் ஜெருசலேம்

நூலகத்தின் கட்டடக்கலைப் பிரிவில் மிகப் பெரிய புத்தகத்தை ஒருவர் புரட்டிக்கொண்டிருந்தார். அதில் புகைப்படங்கள் மட்டும் இருந்தன. தூரத்திலிருந்து பார்க்கும்போதே அந்தப் படங்கள் பிரம்மாண்டமாகத் தெரிந்தன. அவர் அருகில் சென்று அறிமுகம் செய்து கொண்டேன்.

அவர் பெயர் தேஜேஸ். எத்தியோப்பியாவின் அக்சம் *(Axum)* நகரைச் சேர்ந்தவர். துபாயில் பொறியாளராக வேலை செய்து வருகிறார்.

அதுவரை நூலகத்தில் அத்தனை பெரிய புகைப்பட ஆல்பத்தைப் பார்த்ததில்லையே என்று வியந்தேன். இதைப் போலப் பல நாட்டுக் கட்டடங்களின் புகைப்படங்கள் உள்ள அலமாரியைக் காண்பித்தார்.

பின்னர் அவர் பார்த்துக்கொண்டிருந்த புத்தகத்தைத் திருப்பி எனக்குக் காட்டினார். டாப் ஆங்கிளில் இருந்து எடுக்கப்பட்ட ஒரு புகைப்படம் அது. பாறையில் செதுக்கப்பட்ட சிலுவை வடிவக் கட்டடம், அதைச் சுற்றிலும் ஆழமான அகழி.

'ஒரு மலையை மேலிருந்து கீழாக வெட்டி, உள்ளே தேவாலயத்தை உருவாக்கியிருக்கிறார்கள், இல்லை செதுக்கி இருக்கிறார்கள்' என்றார்.

'இது எங்கே இருக்கிறது?'

'லாலிபெலா (Lalibela). எத்தியோப்பியாவில் பன்னிரண்டாம் நூற்றாண்டில் உருவாக்கப்பட்டது. ஒரு பொறியாளராகச் சொல்கிறேன், இதைக் கீழிருந்து மேலாகக் கட்ட முடியாது. மலையின் உச்சியிலிருந்து பாறையைத் தோண்டி, மட்டம் மட்டமாகக் கீழே இறங்க வேண்டும். தூண்கள், சுவர்கள், சன்னல்கள் என எல்லாமே ஒரே பாறையிலிருந்து செதுக்கப்பட்டவை. ஒரு சிறிய தவறு செய்தாலும் மொத்தக் கட்டடமும் பாழாகிவிடும். சரிசெய்ய அங்கே கூடுதல் கற்கள் கிடையாது.'

பேசிக்கொண்டே இன்னொரு பக்கத்தைத் திருப்பினார். அது 'பீட் கியோர்கிஸ்' *(Biete Ghiorgis)* எனப்படும் புனித ஜார்ஜ் தேவாலயம். 'இதுதான் லாலிபெலாவிலேயே பிரசித்தமானது. மேலிருந்து பார்த்தால் மட்டுமே இதன் முழுமையான சிலுவை வடிவம் தெரியும். உண்மையில் இது ஒரு மாபெரும் சிற்பம்' என்றார்.

'இப்படி ஒன்றை உருவாக்கவேண்டுமென்றால் அதற்குப் பின் வலுவான காரணமும் இருக்கவேண்டுமல்லவா?'

அவர் தொடர்ந்தார், 'அந்தக் காலத்தில் ஜெருசலேமில் *(Jerusalem)* சிலுவைப் போர்கள் நடந்தன. இதனால் எத்தியோப்பியக் கிறிஸ்தவர்களால் புனித யாத்திரை செல்ல முடியவில்லை. அப்போது அரசர் லாலிபெலா, 'புனிதப் பயணிகளை ஜெருசலேமுக்கு அனுப்ப முடியாவிட்டால் என்ன, இங்கேயே ஒரு புதிய ஜெருசலேமை உருவாக்குவோம்' என்று முடிவெடுத்தார். அதனால்தான் இந்தப் பகுதியை 'ஆப்பிரிக்காவின் ஜெருசலேம்' என்பார்கள்.

அங்குள்ள ஒவ்வொன்றும் ஜெருசலேமின் நகலாகவே இருக்கும். ஜெருசலேமில் உள்ள 'ஜோர்டான் நதி' போலவே இங்கிருக்கும் ஒரு சிறிய ஓடைக்கு அதே பெயரை வைத்திருக்கிறார்கள். ஆலிவ் மலை *(Mount of Olives)*, கல்வாரி மலை என ஜெருசலேமின் நிலப்பரப்பை இந்தப் பாறை மலைகளில் அவர்கள் மறு உருவாக்கம் செய்திருக்கிறார்கள். இன்றும் எத்தியோப்பியர்களின் மிக முக்கியமான ஆன்மிகத் தலம் இதுதான்.'

ஆப்பிரிக்காவின் ஜெருசலேம் பற்றி இதற்கு முன் எப்போதும் நான் கேள்விப்படவில்லை. தெரிந்துகொள்ள வேண்டிய விஷயங்கள் பற்றி அவர் சொல்லச் சொல்ல மனத்துக்குள் குறிப்பெடுத்துக் கொண்டேன்.

'இன்னொரு ரகசியமும் உண்டு. விவிலியத்தில் சொல்லப்படும் உண்மையான 'உடன்படிக்கைப் பெட்டி' *(Ark of the Covenant)* இன்றும் எத்தியோப்பியாவில் இருப்பதாக எத்தியோப்பியர்கள் உறுதியாக நம்புகிறார்கள்.'

'உடன்படிக்கைப் பெட்டியா?'

'ஆமாம். கடவுளிடமிருந்து மோசே பெற்ற பத்து கட்டளைகள் அடங்கிய கல் பலகைகள் வைக்கப்பட்ட தங்கப் பெட்டி அது. இது எப்படி எத்தியோப்பியாவுக்கு வந்தது என்பதை 'கெப்ரா நாகஸ்ட்' *(Kebra Nagast)* என்ற எங்களுடைய பண்டைய காவியம் மிக விரிவாகச் சொல்கிறது. சாலமன் மன்னனுக்கும், எத்தியோப்பியாவின் ஷெபா அரசிக்கும் பிறந்த மகன் முதலாம் மெனிலிக். அவர் ஜெருசலேமுக்குத் தன் தந்தையைப் பார்க்கச் சென்றபோது, அங்கிருந்து இந்தப் பெட்டியைத் தன் நாட்டுக்குக் கொண்டுவந்ததாக அந்தக் காவியம் விவரிக்கிறது. இது என் ஊரான அக்சம் நகரில் உள்ள புனித மேரி தேவாலயத்தில் *(St. Mary of Zion)* பாதுகாக்கப்படுகிறது. அங்கே ஒரு காவலர் மட்டும் இருப்பார். அவர் தன் வாழ்நாள் முழுவதும் அந்தத் தேவாலயத்தை விட்டு வெளியே வரமாட்டார். வேறு யாரையும், ஏன் விஞ்ஞானிகளைக் கூட அரசாங்கம் உள்ளே விடுவதில்லை.'

'அது இரண்டாயிரம் ஆண்டுகளுக்கு முன்பே காணாமல் போனதாகச் சொல்கிறார்களே?' என்றேன்.

தேஜேஸ் புன்னகைத்தார். 'நானே ஒரு பொறியாளர்தான், எல்லாவற்றுக்கும் எனக்கு ஆதாரம் தேவை. ஆனால் லாலிபெலாவைப் பார்க்கும்போது என் எண்ணம் மாறுகிறது. ஒரு மலையையே குடைந்து இவ்வளவு அழகான ஆலயங்களை உருவாக்கியவர்களின் நம்பிக்கையை அவ்வளவு எளிதாகப் புறக்கணிக்க முடியாது. 'நம்பிக்கை மலைகளை நகர்த்தும்' என்பார்கள். இங்கே அவர்கள் மலையையே செதுக்கி நம்பிக்கையாக மாற்றியிருக்கிறார்கள்.'

அவர் விடைபெற்றுச் சென்ற பிறகு அந்தப் புகைப்படங்களை மீண்டும் ஒருமுறை பார்த்தேன். பிரமிடுகள், மச்சு பிச்சு போன்ற அதிசயங்கள் ‘நிலத்துக்கு மேலே’ கம்பீரமாக நிற்கின்றன. ஆனால் லாலிபெலா வேறுவிதம். அது பாறைகளைச் செதுக்கி, உள்ளே ஒளிந்திருந்த புனிதத்தை வெளிக்கொண்டு வந்திருக்கிறது.

உடன்படிக்கைப் பெட்டி அங்கே இருக்கிறதோ இல்லையோ, அந்த மக்களின் எண்ணூறு ஆண்டுகால அசைக்க முடியாத நம்பிக்கை அந்தப் பாறைகளை விடவும் உறுதியானது என்பது மட்டும் உண்மை.

14. வரலாற்றில் எஞ்சும் எண்கள்

நூலகத்தின் வரலாற்றுப் பிரிவில் மத்தியத் தரைக்கடல் நாகரிகங்கள் குறித்த புத்தகங்களைப் பார்த்துக்கொண்டிருந்தேன். பக்கத்து இருக்கையில் இருந்த பெண்மணி, *'Carthage: Lost Civilization'* என்ற புத்தகத்தைப் படித்துக்கொண்டிருந்தார். நானும் அதே புத்தகத்தை ஆய்வு ஒன்றுக்காகப் போன மாதம் எடுத்துப் புரட்டியது ஞாபகத்துக்கு வந்தது.

'கார்த்தேஜ் தெரிந்துகொள்ள வேண்டிய நாகரிகம்' என்று பேச்சைத் தொடங்கினேன்.

அந்தப் பெண்மணி புன்னகைத்துத் தன்னை அறிமுகம் செய்து கொண்டார். அவர் பெயர் லைலா. துனிசியாவிலிருந்து இங்கே வந்து இரண்டு வருடங்கள் ஆகின்றன. அவர் கணவர் கல்லூரிப் பேராசிரியர். ஒருகாலத்தில் ரோமுக்கே சவால் விட்ட மாபெரும் பேரரசு அது என்று பேச ஆரம்பித்தோம்.

கார்த்தேஜ் என்பது இன்றைய துனிசியாவில் கி.மு ஒன்பதாம் நூற்றாண்டில் போனீசியர்களால் *(Phoenicians)* உருவாக்கப்பட்ட ஒரு பழைமையான நாகரிகம். பண்டைய உலகில் கடல் வணிகத்தில் இவர்கள்தான் ராஜாக்கள். குறிப்பாக, ரோமானியப் பேரரசு உருவாவதற்கு முன்பே மத்தியத் தரைக்கடல் முழுவதும் தங்கள் அதிகாரத்தைச் செலுத்தியவர்கள். இவர்களின் மாவீரன் ஹன்னிபால், யானைப் படைகளுடன் ஆல்ப்ஸ் மலையைக் கடந்து

ரோமானியர்களை அவர்களின் நிலத்திலேயே நடுங்கச் செய்த வரலாறு உலகப்புகழ் பெற்றது.

'துனிசியாவை விடப் பலருக்குக் கார்த்தேஜ்தான் தெரிந்திருக்கிறது. என் ஊரான டியூனிஸிலிருந்து *(Tunis)* சில கிலோமீட்டர் தொலைவில்தான் இந்த வரலாற்றுச் சின்னங்கள் இருக்கின்றன. சிறுவயதில் என் அப்பா அங்கே அடிக்கடி அழைத்துச் செல்வார். ஹன்னிபால் நடந்த மண் இது என்று சொல்லுவார்.'

அவர் கையில் இருந்த புத்தகத்தில் சிதைந்த நிலையில் இருந்த பிரம்மாண்டமான தூண்களைக் காட்டி, 'இவை அனைத்தும் கார்த்தேஜின் அசல் சிதைவுகளா?' என்று கேட்டேன்.

'இல்லை, இவை பெரும்பாலும் ரோமானியர் காலத்து இடிபாடுகள்.'

'கி.மு. 146இல் நடந்த இறுதிப் போரில் ரோமானியர்கள் கார்த்தேஜை முழுமையாக அழித்தார்கள். அதற்கு முன்பு கார்த்தேஜ் கட்டடக்கலைக்கு ஒரு முன்மாதிரியாகத் திகழ்ந்தது. இன்றைய அடுக்குமாடிக் குடியிருப்புகளின் *(Apartments)* தொடக்கப்புள்ளி அவர்கள்தான். நிலநடுக்கத்தைத் தாங்கும் வகையில் பல அடுக்குக் கட்டடங்களை அப்போதே அவர்கள் கட்டியிருந்தார்கள். முக்கியமாக, அவர்களின் 'கோதோன்' *(Cothon)* எனப்படும் வட்ட வடிவத் துறைமுகம் ஒரு பொறியியல் அதிசயம். நூற்றுக்கணக்கான கப்பல்களை ரகசியமாக நிறுத்தி வைக்கும் வசதி அங்கே இருந்தது.'

'ரோமானியர்கள் கார்த்தேஜை அழித்தபோது, அதன் அடையாளமே தெரியக்கூடாது என்பதற்காக அந்த நகரத்தின் மீது உப்பைத் தூவி, இனி எதுவும் முளைக்கக் கூடாது என்று சபித்ததாகக் கதைகள் உண்டு. அதன் மேல் அவர்கள் புதிய நகரைக் கட்டினார்கள். அதனால்தான் கார்த்தேஜின் உண்மையான வரலாறு சிதைந்துபோனது. இன்று அங்கே எஞ்சியிருப்பது அன்டோனைன் குளியல் *(Antonine Baths)*, ரோமானிய நாடக மேடை போன்ற சில சின்னங்கள்தான். பழைய கார்த்தேஜ் என்பது இன்று பிர்சா *(Byrsa)* மலைப்பகுதியில் சில அஸ்திவாரங்களாக மட்டுமே எஞ்சியுள்ளது.'

பேச்சு மெல்ல இன்றைய துனிசியாவின் பக்கம் திரும்பியது. 'துனிசியாவின் வரலாறு எப்போதும் ஆக்கிரமிப்புகளால்

நிறைந்தது. ஆனால் இப்போது நிலவும் பொருளாதாரச் சூழல் இளைஞர்களுக்குப் பெரிய சவாலாக இருக்கிறது' என்றார்.

அவர் தன் தம்பியைப் பற்றிச் சொல்லத் தொடங்கினார். 'என் தம்பி கல்லூரிப் படிப்பு முடித்தும் வேலை கிடைக்காமல் விசா பெற முயன்றான். ஆனால், துனிசியப் பாஸ்போர்ட்டுக்கு ஐரோப்பிய நாடுகளின் விசா கிடைப்பது இன்று குதிரைக்கொம்பாக இருக்கிறது. தகுதியான வேலை ஒப்பந்தம் அல்லது போதுமான வங்கி இருப்பு இல்லையென்றால், சட்டவிரோதமாகக் குடியேறிவிடுவார்கள் என்ற சந்தேகத்திலேயே விசா மறுக்கப்படுகிறது.'

'முறையான வழிகள் அனைத்தும் அடைக்கப்பட்ட நிலையில், கடந்த ஜூலை மாதம் 'ஹர்ரகா' *(Harraga)* எனப்படும் சட்டவிரோதக் கடல் பயணத்தைத் தேர்ந்தெடுத்தான். மனிதக் கடத்தல்காரர்களுக்குப் பணம் கொடுத்து, ஒரு சிறிய படகில் இத்தாலியின் லாம்பெடுசா *(Lampedusa)* தீவை நோக்கிப் பயணம் செய்தான். 150 கிலோமீட்டர் கடல் தூரத்தைக் கடக்க மூன்று நாட்கள் ஆனது. நடுக்கடலில் எப்போது வேண்டுமானாலும் படகு கவிழலாம் என்ற அச்சத்திலேயே பலரும் பயணம் செய்கிறார்கள். எப்படியோ இத்தாலியக் கடலோரக் காவல் படையினர் அவர்களைக் காப்பாற்றினார்கள். இப்போது அவன் அகதி முகாமில் இருக்கிறான்.'

என்ன சொல்வது என்று தெரியாமல் மௌனமாக இருந்தேன். இரண்டாயிரம் ஆண்டுகளுக்கு முன்பு மத்தியத் தரைக்கடல் வழியாகத்தான் நாகரிகங்கள் வளர்ந்தன. வர்த்தகம் நடந்தது. கடல் மக்களை இணைத்தது. ஆனால் இன்று அதே கடல் பல அகதிகளுக்குப் பாதகமான ஒன்றாக மாறிவிட்டது. கார்த்தேஜ் அழிந்தபோது ரோமானியர்கள் தங்கள் பார்வையில் வரலாற்றை எழுதினார்கள். இன்றும் அதேபோலத்தான், கடலில் மூழ்கிப் போகும் ஆயிரக்கணக்கானவர்களின் கதைகள் வரலாற்றில் வெறும் எண்களாக மட்டுமே எஞ்சுகின்றன.

லைலாவின் மனத்தை லேசாக்க விரும்பினேன். ஏதேதோ பேசும்போதும் அவரது தம்பியின் நினைவு அவர் கண்களில் தெரிந்தது. 'துனிசியா ஓர் அழகான நாடு என்று கேள்விப்பட்டிருக்கிறேன்' என்று நான் சொல்லி முடிப்பதற்குள் அவர் முகத்தின் இறுக்கம் தளர்ந்தது.

‘ஆமாம். மத்தியத் தரைக்கடலின் நீல நிறக் கடற்கரைகளும், சிடி பௌ சைட் *(Sidi Bou Said)* நகரத்தின் வெள்ளை நிற வீடுகளும், மல்லிகைப் பூக்களின் வாசமும் வேறெங்கும் இல்லாதவை. எப்போதாவது அங்கே வந்தால் அதன் அழகை மட்டும் பார்த்துவிட்டுத் திரும்பாதீர்கள். அங்கிருக்கும் கடலையும் பாருங்கள். அந்த அமைதியான நீல நிற நீர் எத்தனையோ மனிதர்களின் கனவுகளைத் தன்னுள் வைத்திருக்கிறது’ என்று சொல்லியபடி புத்தகத்தை மூடினார்.

நாங்கள் விடைபெறும் முன் ஒருவரையொருவர் அணைத்துக்கொண்டோம். அவர் நூலகத்தை விட்டுச் சென்ற பின்னரும், அவர் சொன்னதை அசைபோட்டபடி சற்றுநேரம் அங்கேயே நின்றிருந்தேன்.

15. பெண்ணால் முடியும்

பொது நூலகத்தின் ஒரு பிரிவில், பழைமையான பல்கலைக் கழகங்கள் பற்றிய புத்தகங்களைப் பார்த்துக்கொண்டிருந்தேன். ஆக்ஸ்போர்டு, போலோக்னா போன்ற பெயர்களுக்கு இடையே ஒரு பெயர் என் கவனத்தை ஈர்த்தது. 'அல்-கரவியின் பல்கலைக்கழகம்' (*University of Al Quaraouiyine*). இது தொடங்கப்பட்ட ஆண்டு கி.பி. 859. அதாவது, ஆயிரத்து நூறு ஆண்டுகளுக்கு முன்பு.

அந்தப் புத்தகத்தை எடுத்துக்கொண்டு என் இருக்கைக்கு வந்து அமர்ந்தேன். அருகில் இருந்த இருக்கையில் மாநிறத்தில், மைதீட்டிய பெரிய கண்களுடன் ஒரு பெண் அமர்ந்திருந்தார். நான் எடுத்து வந்த புத்தகத்தைப் பார்த்துப் புன்னகைத்தார். இருவரும் அறிமுகம் செய்துகொண்டோம்.

அவர் பெயர் ஃபாத்திமா. மொராக்கோவின் கலாசாரத் தலைநகரான ஃபெஸ் (*Fès*) நகரத்தைச் சேர்ந்தவர். துபாய்க்கு வந்து பத்து வருடங்கள் ஆகிவிட்டன.

'இந்தப் புத்தகத்தில் உள்ள பல்கலைக்கழகம் மிகப் பழைமையானது.'

'ஓ! நீங்களும் இந்தப் புத்தகத்தைப் படித்திருக்கிறீர்களா?' என்றேன்.

'அது மொராக்கோவில்தான் இருக்கிறது. அதைப் பற்றிய தகவல்கள் எனக்குச் சிறுவயதிலிருந்தே தெரியும்.'

புத்தகம் படிப்பதற்கு முன் ஃபாத்திமாவிடம் பேசினால் நன்றாக இருக்கும் என்று தோன்றியது. நான் கேட்பதற்கு முன்பே அவர் பேச ஆரம்பித்தார்.

'இந்தப் பல்கலைக்கழகத்தை நிறுவியது ஒரு பெண். அவர் பெயர் ஃபாத்திமா அல்-ஃபிஹ்ரி (*Fatima al-Fihri*). அவரைப் போன்றே சிந்தனை இருக்க வேண்டும் என்று என் தந்தை எனக்கும் அதே பெயரை வைத்துவிட்டார்.'

கி.பி. 9ஆம் நூற்றாண்டில் துனிசியாவிலிருந்து ஒரு பணக்கார வணிகர் குடும்பம் மொராக்கோவின் ஃபெஸ் நகருக்குப் புலம்பெயர்ந்தது. அந்த வணிகருக்கு ஃபாத்திமா, மரியம் என இரு மகள்கள். தந்தை இறந்தபோது தங்களுக்குக் கிடைத்த பெருஞ்செல்வத்தைத் தங்களுடைய சுகபோகங்களுக்காகப் பயன்படுத்தாமல், சமூகத்தின் முன்னேற்றத்துக்காகச் செலவிட அந்தச் சகோதரிகள் முடிவெடுத்தனர். மரியம் 'அல்-அண்டலூஸ்' மசூதியைக் கட்டினார். ஃபாத்திமா 'அல்-கரவியின்' கல்வி நிறுவனத்தை நிறுவினார்.

ஆயிரம் ஆண்டுகளுக்கு முன்பே இரண்டு பெண்கள் எடுத்த முடிவுகளைக் கேட்டு ஆச்சரியமானேன். ஃபாத்திமா தொடர்ந்து பேசிக்கொண்டிருந்தார்.

'ஃபாத்திமா அல்-ஃபிஹ்ரி வெறும் பணத்தை மட்டும் கொடுத்துவிட்டு ஒதுங்கிவிடவில்லை. அந்தப் பல்கலைக்கழகம் கட்டி முடிக்கப்பட பதினெட்டு ஆண்டுகள் ஆகின. அந்தப் பணி தடையின்றி நடக்கவும், கட்டடம் முழுமையடையும் வரையிலும் அவர் தொடர்ந்து நோன்பு இருந்தார்.'

'உண்மையா? அல்லது கதையா?'

'பதினான்காம் நூற்றாண்டில் வாழ்ந்த புகழ்பெற்ற வரலாற்றாசிரியர் இப்னு அபி ஜார் (*Ibn Abi Zar*) தனது 'அல்-அனிஸ் அல்-முத்ரிப்' (*Al-Anis al-Mutrib*) என்ற நூலில் இதைக் குறிப்பிட்டுள்ளார். ஃபெஸ் நகரத்தின் வரலாற்றைச் சொல்லும் மிக முக்கியமான ஆவணங்களில் இதுவும் ஒன்று.'

'இதற்கே உங்கள் கண்கள் இப்படி விரிகிறதே?' என்று புன்னகைத்தார் ஃபாத்திமா.

'அந்தப் பல்கலைக்கழகத்தைக் கட்டுவதற்குத் தேவையான கற்களையும் மண்ணையும் கூட அவர் வெளியிலிருந்து வாங்கவில்லை. அந்த நிலத்தை ஆழமாகத் தோண்டி, அங்கிருந்து கிடைத்த மூலப்பொருட்களை வைத்தே கட்டடத்தை எழுப்பினார். இது அக்காலத்திலேயே அவர் கையாண்ட அற்புதமான தற்சார்பு உத்தி.'

'இது வெறும் மதப் பள்ளியா அல்லது?' என்ற என் சந்தேகத்துக்கு ஃபாத்திமா விளக்கமளித்தார்.

'ஆரம்பத்தில் அங்கு குர்ஆனும் இஸ்லாமியச் சட்டங்களும் மட்டுமே கற்பிக்கப்பட்டன. பிறகு மெல்ல மெல்லக் கணிதம், வானியல், மருத்துவம், இசை, தர்க்கவியல் எனப் பாடங்கள் விரிவடைந்தன.'

'இன்றும் அந்தப் பல்கலைக்கழகம் இருக்கிறதா?'

ஃபாத்திமா சிரித்தபடி, 'இருக்கிறது. அது மட்டும் இல்லை, இப்போதும் அங்கு 'ஹல்கா' *(Halqa)* முறை பின்பற்றப்படுகிறது' என்றார்.

'ஹல்கா?'

'மாணவர்கள் தங்கள் ஷேக்கை, அதாவது பேராசிரியரைச் சூழ்ந்து அரைவட்டமாக அமர்ந்து விவாதிப்பார்கள். ஆயிரத்து நூறு ஆண்டுகளுக்கு மேலாக மாறாத பாரம்பரியம் இது. கின்னஸ் உலக சாதனைப் புத்தகமும், யுனெஸ்கோவும் *(UNESCO)* இந்தப் பல்கலைக்கழகத்தை, 'தொடர்ச்சியாக இயங்கிவரும் உலகின் பழைமையான கல்வி நிறுவனம்' என்று அங்கீகரித்துள்ளன. 1088இல் தொடங்கப்பட்ட இத்தாலியின் போலோக்னா பல்கலைக்கழகத்தை விட இது இரு நூறாண்டுகள் முற்பட்டது.'

'வரலாற்றை மாற்றிய பல ஆளுமைகள் இந்த மண்ணில் பயின்றவர்கள்,' என்று கூறி, சில பெயர்களைக் குறிப்பிட்டார். 'குறிப்பாக, நவீனச் சமூகவியலின் தந்தை என்று அழைக்கப்படும் இப்னு கல்தூன் *(Ibn Khaldun)* இங்கு பயின்றதோடு, பின்னாளில் பேராசிரியராகவும் இருந்தார். 'முகாதிமா' *(Muqaddimah)* என்ற தனது உலகப் புகழ்பெற்ற நூலில், ஒரு சாம்ராஜ்யம் எப்படி உருவாகிறது, எப்படி அழிகிறது என்பதற்கான தத்துவத்தை அவர் இந்த ஃபெஸ் நகரில் அமர்ந்துதான் எழுதினார்.'

‘அவர் சொன்ன ஒரு விஷயம் இன்றும் பிரபலம்,’ என்று தொடர்ந்தார் ஃபாத்திமா.

‘அரசாங்கம் வரி வசூலை அதிகப்படுத்தினால் உற்பத்தி குறையும். அதன் விளைவாக வரி வருமானமே குறைந்துவிடும் என்று அறுநூறு ஆண்டுகளுக்கு முன்பே சொன்ன பொருளாதார மேதை அவர். இன்றும் நவீனப் பொருளாதார வல்லுநர்கள் இப்னு கல்தூனின் இந்த ‘லாஃபர் வளைவு’ *(Laffer Curve)* தத்துவத்தைக் கொண்டாடுகிறார்கள். அவரைப் போன்ற மாமேதைகளை உருவாக்கியது இந்த அல்-கரவியின் பல்கலைக்கழகம்தான்’ என்றார் பெருமிதத்துடன்.

ஆயிரம் ஆண்டுகளுக்கு முன்பே ஒரு பெண் தன் மொத்தச் செல்வத்தையும் கல்விக்காக அர்ப்பணித்து, அதன் மூலம் மாபெரும் வரலாற்றை உருவாக்கியிருப்பது ஆச்சரியமாக இருந்தது. ஃபாத்திமாவுக்கும் எனக்கும் நேரம் போனதே தெரியவில்லை. அவர் விடைபெற்றார். நான் புத்தகத்தை மீண்டும் திறந்தேன். ஃபாத்திமா அல்-ஃபிஹ்ரி கட்டியது ஒரு கட்டடத்தை அல்ல, காலத்தால் அழிக்க முடியாத கல்வி சாம்ராஜ்யத்தை.

16. கடல்வாழ் மனிதர்கள்

பழங்குடிகள் குறித்த புகைப்படத் தொகுப்பைப் புரட்டிக் கொண்டிருந்தேன். ஒரு புகைப்படத்தில் இருந்த சிறுவன் ஆக்சிஜன் சிலிண்டரோ கண்ணாடியோ எதுவுமின்றி ஆழ்கடலில் மிக இயல்பாக நடந்துகொண்டிருந்தான். மீன்களைப் போலவே தண்ணீருக்குள் அவனுடைய கண்கள் அகல விரிந்திருந்தன.

எனக்கு எதிரில் அமர்ந்திருந்தவர் நான் அந்தப் படத்தை ஆச்சரியமாகப் பார்ப்பதைக் கவனித்தார். அவரைப் பார்த்துப் புன்னகைத்தேன்.

'என் பெயர் ரெனால்டோ. ஃபிலிப்பைன்ஸ் நாட்டுக்காரன்' என்று அறிமுகம் செய்துகொண்டார். 'நான் ஃபிலிப்பைன்ஸின் மிண்டனாவோ *(Mindanao)* தீவிலிருந்து வருகிறேன். அதனால்தான் அந்தப் படத்தை நீங்கள் பார்த்துக்கொண்டிருந்ததை என்னால் கவனிக்க முடிந்தது. புகைப்படத்தில் இருப்பது 'பஜாவ்' *(Badjao)* இனச் சிறுவன். அவர்களைப் பற்றி உங்களுக்குத் தெரியுமா?' என்று பேச்சைத் தொடங்கினார்.

'இல்லை' என்றேன்.

'இவர்கள் கடலின் ஜிப்ஸிகள். ஃபிலிப்பைன்ஸ், இந்தோனேசியா, மலேசியாவுக்கு இடைப்பட்ட கடல்பரப்பில் இவர்களின் வாழ்க்கை நிகழ்கிறது. இவர்களுக்கு நிலம் என்பது ஓர் அந்நியமான கிரகம். பிறப்பது படகில், வளர்வது படகில், மரிப்பதும் படகில்தான்' என்றார்.

எனக்கு ஆச்சரியமாக இருந்தது. 'இவர்களுக்கு நிலத்தில் வீடே கிடையாதா?' என்று கேட்டேன்.

'கிடையாது. 'லெப்பா லெப்பா' *(Lepa-lepa)* எனப்படும் படகுகள்தான் இவர்களின் வீடு. சமையல், தூக்கம் எல்லாமே அதில்தான். சில குழுக்கள் மட்டும் கடற்கரையோரம் மூங்கில் கால்களை நட்டு, தண்ணீருக்கு மேலே சிறிய குடிசைகளை அமைத்திருப்பார்கள். நிலத்தில் கால் வைத்தால் இவர்களுக்கு 'லேண்ட் சிக்னஸ்' வரும் என்று வேடிக்கையாகச் சொல்வார்கள். கடல் அலைகளின் ஆட்டம் இருந்தால்தான் இவர்களுக்குத் தூக்கம் வரும்.'

புகைப்படத்தில் இருந்த சிறுவனைக் காட்டி, 'எப்படி இவ்வளவு ஆழத்தில் இந்தப் பையனால் இப்படி நடக்க முடிகிறது?' என்று கேட்டேன்.

'அது இயற்கை இவர்களுக்குக் கொடுத்த வரம். சராசரி மனிதனால் தண்ணீருக்கு அடியில் ஒரு நிமிடம் மூச்சடக்கி இருப்பதே கடினம். ஆனால், பஜாவ் மக்கள் இருபது முதல் அறுபது மீட்டர் ஆழம் வரை சென்று, ஐந்து முதல் பத்து நிமிடங்கள் வரை மிகச் சாதாரணமாக மூச்சடக்கி நிற்பார்கள். நவீனக் கருவிகள் கிடையாது. மரக்கட்டை, கண்ணாடி மற்றும் ஈட்டி, அவ்வளவுதான்.'

'இது எப்படிச் சாத்தியம்?'

'சமீபத்திய ஆய்வுகள் வியப்பான உண்மையைக் கண்டறிந்துள்ளன. இந்த மக்களின் மண்ணீரல் *(Spleen)* மற்ற மனிதர்களை விட ஐம்பது சதவீதம் பெரியதாக இருக்கிறது. இதனால் ரத்தத்தில் ஆக்சிஜன் அளவு குறையும்போது, மண்ணீரல் சுருங்கி அதிகப்படியான ஆக்சிஜன் கொண்ட ரத்த அணுக்களை வெளியேற்றுகிறது. இது இவர்களுக்கு இயற்கை வழங்கிய ஆக்சிஜன் சிலிண்டர் போலச் செயல்படுகிறது. தலைமுறைகளாகக் கடலில் வாழ்ந்ததால் இவர்களின் உடல் அமைப்பே இப்படி மாறிவிட்டது என்று ஆய்வுகள் கூறுகின்றன' என விளக்கினார்.

ரெனால்டோ தொடர்ந்து பேசிக்கொண்டிருந்தார். 'கடல் இவர்களுக்கு உணவை மட்டும் தருவதில்லை, இவர்களுடைய ஒட்டுமொத்த வாழ்வியலையும் தீர்மானிக்கிறது. இவர்கள் பிடிக்கும் மீன்களையும், கடலில் மூழ்கி எடுக்கும் முத்துக்களையும் நிலத்தில் உள்ள மக்களிடம் கொடுத்து, அவற்றுக்குப் பண்டமாற்றாக

அரிசி, பருப்பு போன்ற அத்தியாவசியப் பொருட்களைப் பெற்றுக்கொள்வார்கள்.'

'ஆனால் ரெனால்டோ, நிலத்தோடு தொடர்பு இல்லாத இவர்களுக்குக் குடியுரிமை, அடையாள அட்டை இதெல்லாம் எப்படிச் சாத்தியம்?'

'அதுதான் மிகப் பெரிய சோகம். இவர்கள் கடல் எல்லைகளைத் தாண்டிப் பயணம் செய்பவர்கள். ஆனால் நவீன உலகமோ நிலத்தை வைத்துத்தான் எல்லைகளைக் கோடிட்டு வைத்திருக்கிறது. நிலத்தில் வீடோ சொத்தோ இல்லாததால் ஃபிலிப்பைன்ஸ், மலேசியா போன்ற நாடுகளில் இவர்களுக்குக் குடியுரிமை கிடைப்பது பெரும் போராட்டமாக இருக்கிறது. அரசு வழங்கும் கல்வி, மருத்துவம் போன்ற சலுகைகள் இவர்களுக்கு எட்டுவதே இல்லை. இதனால் இவர்கள் 'நாடற்றவர்களாக' வாழ வேண்டிய கட்டாயத்துக்குத் தள்ளப்படுகிறார்கள்.'

மௌனமாக அவர் சொல்வதைக் கேட்டுக்கொண்டிருந்தேன்.

'காலநிலை மாற்றமும் இவர்களை விட்டுவைக்கவில்லை. கடல் நீர் வெப்பமடைவதால் மீன் வளம் குறைகிறது; நெகிழிக் கழிவுகள் கடல் பரப்பை ஆக்கிரமிக்கின்றன. இதனால் பாரம்பரியமாகப் படகுகளில் வாழ்ந்த பல குடும்பங்கள் இப்போது கடற்கரையோர நகரங்களுக்குப் புலம்பெயரத் தொடங்கிவிட்டன. மணிலா போன்ற பெரிய நகரங்களின் சாலைகளில், வாகனங்கள் நிற்கும் டிராஃபிக் சிக்னல்களில் பஜாவ் இனத்தவர்கள் கையேந்திப் பிச்சை எடுப்பதைப் பார்க்க முடியும். கடலில் வேட்டையாடிய ராஜாக்கள், இன்று நிலத்தில் பிச்சை எடுக்கத் தள்ளப்பட்டிருப்பது காலத்தின் கொடுமை' என்றார்.

இறுதியில், 'அடுத்த வாரம் துபாயில் இருக்கும் ஃபிலிப்பைன்ஸ் மக்கள் ஒன்றிணைந்து கலை நிகழ்ச்சி ஒன்றை நடத்துகிறோம். இதன் மூலம் பஜாவ் மக்களுக்குத் தேவையான உதவிகளை வழங்கத் திட்டமிட்டிருக்கிறோம். நேரம் கிடைத்தால் நீங்களும் வாருங்கள்' என்று அழைப்பு விடுத்துச் சென்றார்.

அவர் கிளம்பிய பின் அந்தப் பையனின் புகைப்படத்தை மீண்டும் பார்த்தேன். ரெனால்டோ அழைத்த நிகழ்ச்சிக்கு முடிந்தால் நிச்சயமாகப் போக வேண்டும் என்று நினைத்தபடி நூலகத்திலிருந்து கிளம்பினேன்.

17. எதுவும் நடக்கும்

நூலகத்தின் புவியியல் பிரிவில் சஹாரா பாலைவனம் குறித்த புத்தகங்களைப் பார்த்துக்கொண்டிருந்தேன். ஆப்பிரிக்காவின் மிகப் பெரிய வெப்பப் பாலைவனம். ஒன்பது மில்லியன் சதுர கிலோமீட்டர் பரப்பளவு. புத்தகத்தைப் புரட்டிக் கொண்டிருந்தபோது, திடீரென்று என் இருக்கைக்கு எதிரில் அமர்ந்திருந்தவர் பலமாக இருமத் தொடங்கினார்.

இருமல் நிற்காமல் தொடரவே, பதற்றத்துடன் என் பையிலிருந்து தண்ணீர் பாட்டிலை எடுத்து அவரிடம் கொடுத்தேன். இரண்டு மடக்குத் தண்ணீர் அருந்தியவர் மெல்லத் தன்னைச் சரிசெய்துகொண்டு, 'மிக்க நன்றி' என்றார்.

அவர் கையில் 'தஸிலி நஜ்ர் பாறை ஓவியங்களைத் தேடி' *(The Search for the Tassili Frescoes)* என்ற புத்தகம் இருந்தது. 'பரவாயில்லை... நீங்களும் சஹாரா பற்றித்தான் படித்துக்கொண்டிருக்கிறீர்களா?' என்று கேட்டேன். அவர் புன்னகையுடன் தன்னை அறிமுகம் செய்துகொண்டார்.

'என் பெயர் தாரிக். அல்ஜீரியாவின் தென்கிழக்கில் உள்ள ஜெனெட் நகர்தான் என் சொந்த ஊர். இங்கு துபாய் கல்லூரியில் புவியியல் மற்றும் காலநிலை மாற்றங்கள் குறித்துப் பாடம் எடுக்கிறேன். அந்தப் படத்தில் இருக்கும் ஓவியங்கள் என் ஊரில் உள்ளவை' என்றார்.

கையில் இருந்த புத்தகத்தைக் காண்பித்து, 'இந்த இடத்துக்கு துவாரக் *(Tuareg)* மொழியில் 'தஸிலி நஜ்ஜர்' என்று பெயர். அதற்கு 'ஆறுகளின் பீடபூமி' என்று பொருள். இன்று அங்கே ஆறுகள் இல்லை. வறண்ட பள்ளத்தாக்குகள் மட்டுமே. ஆனால் பத்தாயிரம் வருடங்களுக்கு முன்பு தண்ணீர் பாய்ந்தது, மரங்கள் வளர்ந்தன, மிருகங்கள் நடமாடின' என்று சொல்லும்போது அவர் குரலில் ஒரு பேராசிரியருக்கே உரிய நிதானம் இருந்தது.

'இவ்வளவு பெரிய மாற்றம் எப்படி நடந்திருக்கும்?' என்று வியப்புடன் கேட்டேன்.

பேராசிரியர் நிதானமாக விளக்கினார். 'பூமியின் அச்சில் ஏற்படும் மிகச் சிறிய மாறுபாடுகளால் *(Axial precession)* வட ஆப்பிரிக்காவில் பருவமழை பெய்யும் முறை அவ்வப்போது மாறும். பத்தாயிரம் ஆண்டுகளுக்கு முன்பு ஆப்பிரிக்காவில் பருவமழை மிக வலுவாக இருந்தது. இதனால் சஹாரா முழுவதும் ஏரிகளும், ஆறுகளும், புல்வெளிகளும் நிறைந்திருந்தன. இந்த நிலையை 'ஆப்பிரிக்க ஈரப்பதம் மிக்க காலம்' *(African Humid Period)* என்று அழைக்கிறோம். அப்போது அது வேட்டைக்காரர்களுக்கும் மேய்ப்பர்களுக்கும் சொர்க்கமாக இருந்தது. அதன் சாட்சியாகத்தான் இந்த ஓவியங்கள் இன்றும் எஞ்சியிருக்கின்றன.'

'இவை வெறும் ஓவியங்கள் என்று சொல்வதை விட, காலப்பெட்டகம் என்று சொல்லலாம் இல்லையா?' என்றேன்.

'நிச்சயமாக. இங்கே எழுபத்திரண்டு சதுர கிலோமீட்டர் பரப்பளவில், பதினைந்தாயிரத்துக்கும் மேற்பட்ட ஓவியங்களும் செதுக்கல்களும் உள்ளன. 1982இல் யுனெஸ்கோ *(UNESCO)* இதனை உலகப் பாரம்பரியச் சின்னமாக அறிவித்தது. பசுமையாக இருந்த சஹாராவின் கதையை இந்த ஓவியங்கள் சொல்கின்றன.'

'இங்கு ஏதேனும் விரிவான ஆய்வுகள் நடந்திருக்குமே?' என்று கேட்டேன்.

'1930களில் முதன்முதலில் ஃபிரெஞ்சு ராணுவ அதிகாரிகள் இந்தப் பாறை ஓவியங்களைத் தற்செயலாகக் கண்டறிந்தனர். ஆனால், 1950களில் ஹென்றி லோட் *(Henri Lhote)* மேற்கொண்ட அகழ்வாராய்ச்சிகள்தான் இவற்றின் பெருமையை உலகுக்குப் பறைசாற்றின. அவர் பல மாதங்கள் இந்தப் பாலைவனத்தில்

தங்கி, ஆயிரக்கணக்கான ஓவியங்களைப் படியெடுத்து ஆவணப்படுத்தினார். நான் இப்போது வைத்திருக்கும் இந்தப் புத்தகம்கூட அவருடைய அந்தப் பயணத்தைப் பற்றியதுதான்' என்றார்.

தாரிக் தன் கையிலிருந்த புத்தகத்திலிருந்து படங்களைக் காட்டினார்.

'பாருங்கள், இது பத்தாயிரம் ஆண்டுகளுக்கு முற்பட்ட காலம். இதில் இப்போது சஹாராவில் அழிந்துவிட்ட பெரிய எருமைகள், யானைகள், சிங்கங்கள், காண்டாமிருகங்கள் வரையப்பட்டுள்ளன. அப்போது சஹாரா 'கிரீன் சஹாரா', அதாவது பசுமை நிலப்பகுதியாக இருந்தது.'

அடுத்த பக்கத்தைத் திருப்பினார். 'இது சுமார் ஏழாயிரம் ஆண்டுகளுக்கு முற்பட்ட ஓவியங்கள். இதில் வட்டமான தலைகளுடன் விசித்திரமான மனித உருவங்கள் உள்ளன. ஹென்றி லோட் இந்தப் பாணிகளை ஐந்து வெவ்வேறு காலகட்டங்களாகப் பிரித்தார்.'

அவர் சுட்டிக்காட்டிய படங்களுக்குக் கீழ் காலங்கள் வரிசையாகக் கொடுக்கப்பட்டிருந்தன:

காட்டு விலங்குகள் காலம்: மிகப் பெரிய பாலூட்டிகள் வரையப்பட்ட தொடக்கக் காலம்.

வட்டத் தலை மனிதர்கள் காலம்: விசித்திரமான, ஆன்மிக உருவங்கள் நிறைந்த காலம்.

மேய்ச்சல் காலம்: கால்நடைகளுடன் மனிதர்கள் இருக்கும் சித்திரங்கள்.

குதிரைக் காலம்: போர்க் கருவிகளும் தேர்களும் தோன்றிய காலம்.

ஒட்டகக் காலம்: சஹாரா முழுமையாகப் பாலைவனமான பிறகு ஒட்டகங்கள் அறிமுகமான காலம்.

தாரிக் பாடம் எடுப்பதைப் போல் தனக்குத் தெரிந்த அனைத்தையும் சொல்லிக்கொண்டிருந்தார்.

'சுமார் ஐயாயிரம் வருடங்களுக்கு முன்பு மழை குறையத் தொடங்கியது. ஆறுகள் வறண்டன. மக்கள் வேறுவழியின்றி இடம்பெயர்ந்தார்கள். சிலர் நைல் நதிக்குப் போனார்கள், எகிப்திய

நாகரிகம் உருவானது. இந்த மக்கள் நைல் நதி நாகரிகத்துக்கு முன்னோடிகளாக இருந்திருக்கலாம் என்பதை அகழ்வாராய்ச்சியில் கண்டெடுக்கப்பட்ட மண்பாண்டங்களும் கல் கருவிகளும் காட்டுகின்றன. இது வெறும் கலை அல்ல. மனித நாகரிகத்தின் இடம்பெயர்வு மற்றும் காலநிலை மாற்றத்தின் சாட்சி.'

'இன்று இந்த ஓவியங்கள் பாதுகாப்பாக இருக்கின்றனவா?'

'ஓரளவு பாதுகாக்கப்படுகின்றன. ஆனால் மணல் புயல்களாலும் சில சமூகச் சிக்கல்களாலும் பாதிப்புகள் உண்டு. இவை உலகின் பொதுச்சொத்து. இந்த ஓவியங்கள் நமக்கு ஒரு பாடத்தைக் கற்பிக்கின்றன. அன்று இயற்கையான காலநிலைச் சுழற்சியால் சஹாரா பாலைவனமானது. அது மெதுவான மாற்றம். ஆனால் இன்று மனிதர்களாகிய நாம் அதே காலநிலை சுழற்சியை வேகமாக்கிக்கொண்டிருக்கிறோம். இனியாவது எச்சரிக்கை அடைய வேண்டும்' என்றார்.

இதைத்தானே இன்று ஆராய்ச்சியாளர்கள் பேசிக் கொண்டிருக்கிறார்கள்? ஒருபக்கம் நிலத்தடி நீர்மட்டம் குறைகிறது, இன்னொரு பக்கம் பனி உருகுகிறது. இப்போதெல்லாம் ஊரில் பெய்யும் எதிர்பாராத மழைக்கும் அவர் சொன்ன விஷயத்துக்கும் ஏதோ ஒரு தொடர்பு இருப்பது போல் தோன்றியது.

அவர் கிளம்பிய பிறகு, நாங்கள் அமர்ந்திருந்த இருக்கைகளையும் அந்த நூலகத்தையும் பார்த்தேன். என்றோ ஒருநாள் நாம் வாழ்ந்து கொண்டிருக்கும் நிலம் என்னவாகும் என்று யோசிக்காமல் இருக்க முடியவில்லை. துபாய் இளவரசர் ஷேக் ஹம்தான், துபாயில் பனி பொழிவது போன்று செயற்கையாக உருவாக்கப்பட்ட படமொன்றைச் சமூக வலைதளங்களில் பகிர்ந்திருந்தது அப்போது ஞாபகத்துக்கு வந்தது. எதிர்காலத்தில் எது வேண்டுமானாலும் நடக்கலாம்.

18. சீனர் சொன்ன வரலாறு

நூலகத்தின் வணிகப் பிரிவில் துபாயின் வளர்ச்சி குறித்த புத்தகங்களைப் பார்த்துக்கொண்டிருந்தேன். 'பொன் விளைந்த பூமி' புத்தகம் எழுதியபோது இங்கு பல மணி நேரம் செலவு செய்திருக்கிறேன். கடந்த ஐம்பது ஆண்டுகளில் இந்த நகரம் அடைந்த மாற்றங்கள் புகைப்படத் தொகுப்பாக வந்திருந்தன. அந்தக் கனமான புத்தகத்தை எடுத்துக்கொண்டு வந்து அமர்ந்தேன்.

அப்போது என் அருகே அமர்ந்திருந்தவர், அந்தப் புத்தகத்தைப் பார்த்து, 'இந்த மாற்றத்தை நான் என் கண்ணால் பார்த்தவன்' என்றார். அறுபது வயது மதிக்கத்தக்க சீன மனிதர். கையில் 'பெல்ட் அண்ட் ரோடு இனிஷியேட்டிவ்' எனும் புத்தகம் இருந்தது.

'எவ்வளவு காலமாக துபாயில் இருக்கிறீர்கள்?' என்று கேட்டேன்.

'ஆயிற்று முப்பது வருடங்கள். 1995-ல் சீனாவிலிருந்து வந்தேன். என் பெயர் வாங் சென்' என்று தன்னை அறிமுகப்படுத்திக் கொண்டார். என்னைப் பற்றி விசாரித்துவிட்டு, தன் நினைவுகளைப் பகிரத் தொடங்கினார்.

'1995-ல் நான் வந்தபோது இங்கே சீனர்கள் சில நூறு பேர் மட்டுமே இருந்தோம். தேராவில் *(Deira)* ஒரு சிறிய கடையில் மின்னணுப் பொருட்களை விற்கும் வேலையில் சேர்ந்தேன். சீனாவிலிருந்து பொருட்களை இறக்குமதி செய்து மத்திய கிழக்கு நாடுகளுக்கு விற்றோம்.'

'அப்போதைய சூழல் எப்படி இருந்தது?'

வாங் சென்னின் கோடு போன்ற உதடுகள் வளைந்தன.

'சவால்கள் அதிகம். வங்கிகள் எங்களுக்கு எளிதில் கடன் கொடுக்க மாட்டார்கள். ஆனால் எங்களிடம் 'ஒற்றுமை' எனும் பலம் இருந்தது. எங்கள் ஊர்க்காரர்கள் யாராவது தொழில் தொடங்கினால், பத்து பேர் சேர்ந்து அவருக்கு உத்தரவாதம் கொடுப்போம். மெதுவாக நம்பிக்கை வளர்ந்தது. அரேபிய வியாபாரிகள் சீனப் பொருட்களை விரும்பினார்கள். விலை மலிவு, தரம் உறுதி. 2004-ல் மிகப் பெரிய திருப்பம் ஏற்பட்டது. துபாய் அரசாங்கமும் சீனாவின் சைனாமெக்ஸ் நிறுவனமும் இணைந்து ஒரு திட்டத்தை அறிவித்தன. அதுதான் டிராகன் மார்ட்.'

'டிராகன் மார்ட் பற்றி எனக்கு நன்றாகவே தெரியும் வாங் சென். நான் இங்கு பதினெட்டு வருடங்களாக இருக்கிறேன். என் வீட்டுத் தேவைகளுக்காக அங்கிருந்து எத்தனையோ பொருட்களை வாங்கியிருக்கிறேன். பர்னிச்சர், எலக்ட்ரானிக்ஸ் முதல் கட்டுமானப் பொருட்கள் வரை எதைத் தேடினாலும் டிராகன் மார்ட் தான் நினைவுக்கு வரும்' என்றேன்.

வாங் சென் உற்சாகமானார். "அப்படியானால் நீங்கள் அதன் வளர்ச்சியை உணர்ந்திருப்பீர்கள். சீனாவுக்கு வெளியே உலகிலேயே மிகப் பெரிய சீன வணிக மையம் இது. இதன் வடிவமைப்பு மிகவும் தனித்துவமானது. பெய்ஜிங்கின் புகழ்பெற்ற 'ஃபார்பிடன் சிட்டி' அரண்மனையின் பாரம்பரிய சீனக் கட்டடக் கலையை முன்னிறுத்தி இது கட்டப்பட்டது. மஞ்சள் நிறக் கூரைகளும், வளைந்த முகப்புகளும் அப்படியே சீனாவை நினைவுபடுத்தும். மேலிருந்து பார்த்தால் இந்தக் கட்டடம் ஒரு பெரிய டிராகன் வடிவில் இருப்பதை நீங்கள் கவனிக்கலாம்.'

'முதலில் டிராகன் மார்ட்-1 மட்டும்தான் இருந்தது. ஆனால் அதன் அபரிமிதமான வெற்றியால், 2016-ல் டிராகன் மார்ட்-2 திறந்து வைக்கப்பட்டது. டிராகன் மார்ட்-1 முழுக்க முழுக்க மொத்த விற்பனைச் சந்தை போல இருக்கும். ஆனால், டிராகன் மார்ட்-2 நவீன வசதிகளுடன், திரையரங்குகள், பெரிய உணவகங்கள் என முழுமையான ஷாப்பிங் மாலாக விரிவடைந்தது. இன்று இந்த

இரண்டு டிராகன்களும் இணைந்து 1.2 கிலோமீட்டர் நீளத்திற்கு பிரம்மாண்டமாக நிற்கின்றன.'

வாங் சென் சொல்லச் சொல்ல என் நினைவுகள் பின்னோக்கிச் சென்றன. '2011-ம் ஆண்டு நான் டிராகன் மார்ட் அருகில்தான் வசித்தேன் வாங் சென். இப்போதும் நான் இன்டர்நேஷனல் சிட்டியில் இருக்கும் 'சீனா க்ளஸ்டர்' பக்கம் போனால் ஏதோ சீனாவிற்குள்ளேயே நுழைந்துவிட்டது போன்ற உணர்வு ஏற்படும். எங்கு பார்த்தாலும் சீன முகங்கள், சீன உணவகங்கள், சீன மொழியில் விளம்பரப் பலகைகள்... ஒரு மினி சீனாவையே அங்கே உருவாக்கிவிட்டார்கள். இவ்வளவு பிரம்மாண்டமான வளர்ச்சிக்கு என்ன காரணம்?' என்று கேட்டேன்.

வாங் சென் விரல் விட்டு விளக்கினார். "முதலாவது, துபாயின் புவியியல் அமைப்பு. ஐரோப்பா, ஆசியா, ஆப்பிரிக்கா ஆகிய மூன்று கண்டங்களுக்கும் நடுவே இது ஒரு பாலமாக இருக்கிறது. இரண்டாவது, அமீரக அரசின் திறந்த கொள்கை (Open Policy). வரிச் சலுகைகள் மற்றும் வெளிநாட்டினர் 100% உரிமை கொண்ட தொழில் தொடங்க அனுமதிப்பது மிகப் பெரிய பலம். மூன்றாவது, சீனாவின் 'பெல்ட் அண்ட் ரோடு இனிஷியேட்டிவ்' (BRI) திட்டம். இதில் துபாய் ஒரு முக்கிய நுழைவாயில் (Gateway). சமீபத்தில் 2024 டிசம்பரில் பாகிஸ்தான் வழியாகப் புதிய தரைவழி வர்த்தகப் பாதை திறக்கப்பட்டது. முன்பு கடல் வழியாக 30 நாட்கள் ஆன பயணம், இப்போது பத்து நாட்களாகக் குறைந்துவிட்டது,' என்றார்.

'இப்போது எவ்வளவு சீனர்கள் இங்கே இருக்கிறார்கள்?'

"சுமார் மூன்றரை லட்சம் பேர். பதினைந்தாயிரத்துக்கும் மேற்பட்ட சீன நிறுவனங்கள் இயங்குகின்றன. எங்கள் வெற்றியின் ரகசியம் 'குறைந்த லாபம், அதிக விற்பனை' என்பதுதான். நானும் ஒரு சிறிய கடையைத் தொடங்கினேன். படிப்படியாக ஐந்து கடைகளாக வளர்ந்துள்ளோம். இப்போது என் மகன் தொழிலைக் கவனித்துக் கொள்கிறான். அதனால் நான் கொஞ்சம் ஓய்வு எடுத்துக்கொண்டு இப்படி நூலகம் வர முடிகிறது. நீங்கள் அடுத்தமுறை டிராகன் மார்ட்டுக்கு பெட்ஷீட் அல்லது வீட்டு உபயோகப் பொருட்கள் வாங்கச் செல்லும்போது சொல்லுங்கள், என் மகனின் எண்ணைத்

தருகிறேன். நல்ல விலையில் தரமான பொருட்கள் கிடைக்கும்,' என்று கூறி விடைபெற்றார்.

இந்த வார இறுதியில் கண்டிப்பாக டிராகன் மார்ட் சென்று பெட்ஷீட் வாங்கி வர வேண்டும் என்று நினைத்தபடி, அவர் கொடுத்த அந்த எண்ணை என் அலைபேசியில் 'வாங் சென் - டிராகன் மார்ட்' என்று பதிவுசெய்துகொண்டேன்.

19. தீ நிலம்

நூலகத்துக்குப் பின்புறம் இருக்கும் சிறிய நீரோடை ஓரத்தில் அமர்ந்திருந்தேன். சலசலவென ஓடும் நீரின் ஓசை மனதுக்கு அமைதியைத் தந்தது. அங்கிருந்த கல் இருக்கையில் அமர்ந்து, மேரி பாய்ஸ் எழுதிய *'Zoroastrians: Their Religious Beliefs and Practices'* என்ற புத்தகத்தை வாசித்துக்கொண்டிருந்தேன். பண்டைய பெர்ஷியாவின் நெருப்பு வழிபாடு எனக்கு எப்போதுமே ஆர்வமூட்டும் தலைப்பு.

அப்போது எனக்கு அருகில் இருந்த இருக்கையில் அமர்ந்திருந்த முதியவர் ஒருவர், நான் வாசித்துக்கொண்டிருந்த புத்தகத்தின் தலைப்பைப் பார்த்துவிட்டு,

'நெருப்பு வழிபாடு குறித்த தேடலா?' என்று கேட்டார்.

'ஆமாம்' என்று சொன்னபடி என்னைப் பற்றிய அறிமுகத்தைப் பகிர்ந்துகொண்டேன்.

அவர் சிரித்துக்கொண்டே சொன்னார், 'அப்படியானால் நீங்கள் சரியான ஆளிடம்தான் பேசுகிறீர்கள். நான் அஜர்பைஜானிலிருந்து வந்தவன். எங்கள் நாட்டை *'Land of Fire'* - நெருப்பின் நாடு என்றுதான் அழைப்பார்கள்.'

'அஜர்பைஜான். பாகு நகரமா?'

‘அதேதான். என் பெயர் ராஷாத் மம்மடோவ். துபாயில் கடந்த இருபத்தைந்து வருடங்களாக எண்ணெய் மற்றும் எரிவாயு *(Oil & Gas)* துறையில் வேலை செய்கிறேன்’.

நீரோடையின் அமைதியில் ராஷாத் தன் நாட்டின் கதைகளைச் சொல்லத் தொடங்கினார். ‘ஏன் நெருப்பின் நாடு என்று அழைக்கிறார்கள் தெரியுமா?’ என்று கேட்டார்.

‘தெரியவில்லையே!’

‘ஆயிரக்கணக்கான வருடங்களாக எங்கள் மண் இயற்கையாகவே நெருப்பை உமிழ்கிறது. நிலத்தடியில் இயற்கை எரிவாயு அபரிமிதமாக இருப்பதால், சில இடங்களில் அது தானாகவே வெளியே வந்து பற்றி எரிகிறது. அது ஒருபோதும் அணையாத தீ!’

‘உண்மையிலேயே அது அணையாதா?’ என்று ஆச்சரியத்துடன் கேட்டேன்.

‘ஆமாம். ‘யனார் தாக்’ *(Yanar Dag)* என்று ஓர் இடம் இருக்கிறது. அதற்கு ‘எரியும் மலை’ என்று பொருள். நிலத்தடியிலிருந்து மீத்தேன் வாயு தொடர்ந்து வெளியே வருவதால், குறைந்தது நான்காயிரம் வருடங்களாக அந்த நெருப்பு அணையாமல் எரிந்துகொண்டிருக்கிறது. மழை பெய்தாலும், பனி விழுந்தாலும் அந்த நெருப்பு அணையாது. மார்கோ போலோ கூட தனது பயணக் குறிப்பில் இதைப் பதிவு செய்திருக்கிறார்.’

ராஷாத் தொடர்ந்தார். ‘பண்டைய ஜோராஷ்ட்ரியர்கள் நெருப்பைத் தூய்மையின் அடையாளமாகக் கருதினார்கள். பாகு நகரிலிருந்து இருபத்தைந்து கி.மீ தொலைவில் உள்ள ‘அதேஷ்கா’ *(Ateshgah)* நெருப்புக் கோயில் இதற்கு சாட்சி. பதினெட்டாம் நூற்றாண்டில் இந்திய வணிகர்கள் இதைக் கட்டினார்கள். அங்கே மைய பீடத்தில் 1969ஆம் ஆண்டு வரை இயற்கை வாயுவால் நெருப்பு தன்னிச்சையாக எரிந்துகொண்டிருந்தது. இப்போது அது ஒரு முக்கிய வரலாற்றுச் சின்னமாகப் பாதுகாக்கப்படுகிறது.’

‘அப்படியானால் உங்கள் நாட்டின் பெயருக்கும், இந்த வழிபாட்டு முறைக்கும் மிக நெருங்கிய தொடர்பு இருக்க வேண்டுமே?’

‘மிகச் சரியாகக் கேட்டீர்கள்’ என்றார் ராஷாத். ‘பண்டைய பாரசீக மொழியில் ‘ஆதர்’ *(Adar)* என்றால் நெருப்பு. ‘அஜர்பைஜான்’

என்ற சொல்லே 'நெருப்பின் பாதுகாவலர்கள்' என்ற பொருளில் உருவானதுதான். இன்று நாங்கள் தொண்ணூறு சதவீதத்துக்கு மேல் இஸ்லாமியர்களாக இருந்தாலும், எங்கள் கலாசார அடையாளம் நெருப்போடு பிணைந்ததுதான். பாகு நகரத்தின் நவீன அடையாளமான 'ஃப்ளேம் டவர்ஸ்' *(Flame Towers)* கோபுரங்களே நெருப்புச் சுடர் வடிவில்தான் கட்டப்பட்டுள்ளன.'

'இவ்வளவு வளம் மிக்க நாடு, இப்போது பொருளாதார ரீதியாகச் சில சவால்களைச் சந்திப்பதாகக் கேள்விப்பட்டேனே, அது ஏன்?'

'உண்மைதான். இதற்கு முக்கியமான காரணம் எண்ணெய் மீதான மிக அதிகச் சார்பு. எங்கள் நாட்டின் ஏற்றுமதியில் தொண்ணூறு சதவீதத்துக்கும் மேல் எண்ணெயும் எரிவாயுவும்தான். இதனால் உலக சந்தையில் எண்ணெய் விலை குறையும்போது எங்கள் பொருளாதாரம் பலமாகப் பாதிக்கப்படுகிறது. ஆனால் இப்போது எங்கள் அரசு சுற்றுலாவிலும் மாற்று எரிசக்தித் துறைகளிலும் அதிக முதலீடு செய்து பொருளாதாரத்தை மாற்றியமைக்க முயன்று வருகிறது' என்றார் நிதானமாக.

'உண்மையைச் சொல்லப்போனால், இந்த எண்ணெய் வளமும் எரிவாயுவும்தான் எங்கள் மண்ணுக்கு அடையாளத்தைத் தந்துள்ளன' என்ற ராஷாத், தன் அலைபேசியில் சில புகைப்படங்களைக் காட்டினார்.

'இவைதாம் அஜர்பைஜானின் புகழ்பெற்ற சேற்று எரிமலைகள் *(Mud Volcanoes)*. உலகெங்கும் சுமார் ஆயிரம் சேற்று எரிமலைகள் கண்டறியப்பட்டுள்ளன. அதில் எங்கள் நாட்டில் மட்டும் நானூற்றுக்கும் மேற்பட்டவை உள்ளன. வழக்கமாக எரிமலைகள் தகிக்கும் லாவாவைக் *(Lava)* கக்கும், ஆனால் இவை நிலத்தடியில் இருக்கும் வாயுக்களின் அழுத்தத்தால் குளிர்ச்சியான சேற்றை வெளியே உமிழ்கின்றன.'

'இவை அபாயகரமானவையா?'

'பெரும்பாலும் இவை அமைதியானவை. ஒரு திரவக் குழம்பு கொதிப்பது போல 'பக்... பக்...' என்ற சத்தத்துடன் சேற்றுக் குமிழ்களை வெளியேற்றிக்கொண்டே இருக்கும். இதிலிருந்து வெளிப்படும் சேற்றில் கனிமச் சத்துக்கள் அதிகம் என்பதால், மக்கள் இதில் 'சேற்றுக் குளியல்' எடுக்கிறார்கள். இது தோல்

நோய்களுக்கு மருந்தாகக் கருதப்படுகிறது. ஆனால் சில நேரங்களில் நிலத்தடி அழுத்தம் அதிகமாகும்போது, பெரும் சத்தத்துடன் வெடித்து நெருப்புச் சுடர்களை வானத்தை நோக்கி உமிழும் அதிசயமும் நடக்கும். மேலும், கோபுஸ்தான் *(Gobustan)* பகுதியில் நாற்பதாயிரம் வருடங்கள் பழமையான மனிதச் செதுக்கல்களும் உள்ளன.'

'நாற்பதாயிரம் வருடங்களுக்கு முன்பே அங்கே மனிதர்கள் வாழ்ந்ததற்கான ஆதாரம் இருக்கிறது என்று சொல்கிறீர்களா?'

'ஆமாம். யுனெஸ்கோ உலகப் பாரம்பரியச் சின்னமாக 'கோபுஸ்தான் பாறை ஓவியங்கள்' அறிவிக்கப்பட்டுள்ளன. அங்கே ஆறாயிரத்துக்கும் மேற்பட்ட உருவங்கள் பாறைகளில் செதுக்கப்பட்டுள்ளன. ஆதி மனிதர்கள் வேட்டையாடுவது, படகுகளில் பயணம் செய்வது, விலங்குகளுடன் போராடுவது, அவர்கள் ஆடிய குழு நடனங்கள் எனப் பல காட்சிகள் அந்தப் பாறைகளில் இன்றும் உயிர்ப்புடன் இருக்கின்றன.'

அவர் சொல்லச் சொல்ல ஆச்சரியத்தில் வியந்துபோயிருந்தேன். 'அவற்றில் மிகவும் குறிப்பிடத்தக்கது என்ன தெரியுமா?' என்று ராஷாத் தொடர்ந்தார். 'அங்கே 'யால்லி' *(Yally)* என்ற ஒரு வகை நடனக் காட்சி செதுக்கப்பட்டுள்ளது. கைகோத்துக்கொண்டு வட்டமாக நின்று ஆடும் அந்த நடனம் இன்றும் அஜர்பைஜானின் தேசிய நடனமாக இருக்கிறது. அதாவது நாற்பதாயிரம் வருடங்களுக்கு முந்தைய ஒரு கலாசாரம் இன்றும் எங்கள் வாழ்வில் தொடர்கிறது.'

'அந்தப் பாறைகளுக்கு அருகில் போய்ப் பார்த்தால், மனிதன் இயற்கையோடு எப்படித் தன்னை இணைத்துக்கொண்டான் என்பது புரியும். வேட்டையாடும் கருவிகள் முதல் அவர்கள் வணங்கிய சூரியன் வரை அனைத்தும் அங்கே செதுக்கப்பட்டுள்ளன. அதே பகுதியில் இருக்கும் 'கவல் தாஷ்' *(Gaval Dash)* என்ற ஓர் இசைப் பாறையும் உண்டு. அந்தப் பாறையை ஒரு சிறிய கல்லால் தட்டினால், ஒரு இசைக்கருவியைத் தட்டுவது போன்ற கணீரென்ற சத்தம் வரும். ஆதி மனிதர்கள் இதனைச் சடங்குகளின்போது ஒரு தாள வாத்தியமாகப் பயன்படுத்தியிருக்கிறார்கள்.'

ஆச்சரியத்தில் என்ன பேசுவதென்றே தெரியவில்லை.

‘சரி, நேரம் ஆயிற்று, மீண்டும் சந்திப்போம்’ என்று அவர் விடைபெற்ற போதுதான் நிகழ்காலத்துக்கு வந்தேன்.

அவரை வழியனுப்பிவிட்டு, நீரோடையின் சலசலப்புக்கு நடுவே அந்த ஜோராஷ்ட்ரிய புத்தகத்தைப் பார்த்தேன். அணையாத பழங்கால நெருப்பும், குளிர்ச்சியான சேற்றைக் கக்கும் எரிமலைகளும் ஒரே மண்ணில். இயற்கைதான் எத்தனை பெரிய அதிசயம்!

20. ஒற்றை வழித்தடம்

நூலகத்திலிருந்து வீடு செல்லத் தயாரானேன். நூலகத்தின் நுழைவாயிலில் ஒரு பாதுகாப்புப் பணியாளர் இங்கும் அங்கும் நடந்துகொண்டிருந்தார். அவர் சீருடையில் 'பிர் பகதூர் குருங்' என்று பெயர் இருந்தது.

பிர் பகதூர் முகத்தில் களைப்பு தெரிந்தது, அவர் காலையிலேயே பணிக்கு வந்திருக்க வேண்டும். அவரிடம் இரண்டு வார்த்தைகள் பேசிவிட்டுப் போகலாம் என்று தோன்றியது.

'ஷிப்ட் முடியவில்லையா சார்?' என்று கேட்டேன்.

அடுத்த ஆள் வருவதற்காகக் காத்துக்கொண்டிருப்பதாகப் பதிலளித்தார்.

'நேபாளத்தில் எங்கே? கூர்க்காவா?' என்று நான் வினவியதும் அதை எப்படித் துல்லியமாகக் கண்டுபிடித்தேன் என்று அவர் வியந்துபோனார்.

' 'குருங்' என்பது நேபாளத்தின் கூர்க்கா *(Gorkha)* பகுதிகளில் வாழும் மக்களின் முக்கியமான குடிப்பெயர். முன்பு எப்போதோ படித்த ஞாபகம், அவ்வளவுதான்' என்றேன்.

அவர் முகம் சட்டென மலர்ந்தது. 'கூர்க்காக்கள் எங்கள் பெருமை மேடம். 'கோழையாக வாழ்வதை விட இறப்பதே மேலானது'

என்பதுதான் எங்கள் ராணுவத்தின் தாரக மந்திரம்' என்றார். அடுத்த ஷிப்ட் பணியாளர் வரும்வரை அவரோடு உரையாடும் வாய்ப்பு அமைந்தது.

பத்து வருடங்களாக துபாயில் இருக்கும் பிர் பகதூர், அதற்கு முன்பு ஐந்து ஆண்டுகள் நேபாள ராணுவத்தில் பணியாற்றியவர். 'ராணுவத்தில் லான்ஸ் கார்ப்பரல் (Lance Corporal) வரை உயர்ந்தேன்' என்றார் பெருமையுடன்.

'லான்ஸ் கார்ப்பரல் என்றால்?'

'அது ராணுவத்தில் உள்ள ஒரு சிறிய வீரர் குழுவை வழிநடத்தும் பொறுப்பு. தோள்பட்டையில் 'V' வடிவ பட்டை இருக்கும். சாதாரணச் சிப்பாயாக மட்டும் இல்லாமல், ஐந்து வீரர்களுக்குத் தலைமை தாங்கி அவர்களை வழிநடத்தும் அதிகாரமும் பொறுப்பும் எனக்கு இருந்தது. அந்த ஐந்து வருடங்களில் கிடைத்த ஒழுக்கமும் தலைமைத்துவப் பயிற்சியும்தான் இன்றும் எனக்கு உதவுகிறது. ஆனால் அந்தப் பெருமைக்குப் பின்னால் ஒரு கசப்பான உண்மையும் இருக்கிறது. அவ்வளவு பொறுப்பு இருந்தும் சம்பளம் மிகக் குறைவு. மாதம் ஆயிரம் திர்ஹம் கூடத் தேறாது. அதில் எப்படி என் குடும்பத்தைக் காப்பாற்றுவது? அதனால்தான் இன்று இங்கே செக்யூரிட்டியாக நிற்கிறேன்' என்றார்.

'நேபாள ராணுவத்தைப் பற்றிச் சொல்லுங்கள் பிர் பகதூர். கூர்க்காக்கள் என்ற பெயர் எப்படி வந்தது?'

'அது ஒரு நீண்ட வரலாறு மேடம். மத்திய நேபாளத்தில் இமயமலையை நோக்கிய ஒரு மலைப்பகுதிதான் 'கூர்க்கா'. அங்கேதான் எங்கள் குலதெய்வமான 'கோரக்நாத்' (Gorakhnath) சன்னிதானம் இருக்கிறது. 1559இல் திரவ்ய ஷா (Drabya Shah) என்பவரால் தொடங்கப்பட்ட இந்த ராஜ்ஜியத்தின் வழிவந்த பிருத்வி நாராயண் ஷா என்பவர், பல்வேறு இன மக்களை ஒன்றிணைத்து ஒரு வலிமையான ராணுவத்தை உருவாக்கினார். அந்த ராணுவம்தான் 'கூர்க்காக்கள்' என்று உலகம் முழுவதும் அறியப்பட்டது. 1815இல் ஆங்கிலேயர்களுக்கும் நேபாளிகளுக்கும் நடந்த போரின்போது எங்களுடைய வீரத்தைப் பார்த்து வியந்த பிரிட்டிஷ் அரசு, தங்கள் ராணுவத்திலேயே எங்களுக்கென ஒரு தனிப் பிரிவை உருவாக்கியது. இன்றும் பிரிட்டிஷ் மற்றும்

இந்திய ராணுவங்களில் கூர்க்கா படைப்பிரிவுகள் மிகவும் வலிமையானவையாகக் கருதப்படுகின்றன.'

கூர்க்காக்கள் பின்னால் இவ்வளவு பெரிய வரலாறு இருக்கும் என்று நான் எதிர்பார்க்கவில்லை. அவர் சொல்லச் சொல்லக் கேட்டுக்கொண்டே இருந்தேன்.

'இமயமலைப் பகுதியின் புவியியல் அமைப்பு எங்களை இயற்கையாகவே வலிமையானவர்களாக மாற்றுகிறது. கடல் மட்டத்திலிருந்து அதிக உயரத்தில் வசிப்பதால் எங்களால் மிகக் குறைவான ஆக்சிஜன் உள்ள இடங்களிலும் மூச்சுத்திணறல் இல்லாமல் நீண்ட தூரம் ஓட முடியும். நேபாள ராணுவத்தில் சேருவது என்பது ஒவ்வொரு நேபாள இளைஞனின் கனவு. ஆனால் அங்கே நடக்கும் தேர்வுகள் மிகக் கடினமானவை. 25 கிலோ எடையுள்ள மணல் மூட்டையை முதுகில் சுமந்துகொண்டு செங்குத்தான மலைப்பாதையில் கிலோமீட்டர் கணக்கில் ஓட வேண்டும். அதில் வெல்பவர்கள் மட்டுமே வீரர்களாக முடியும்.'

'இவ்வளவு திறமை இருந்தும் ஏன் வெளிநாடு வர வேண்டும்?'

பிர் பகதூர் பெருமூச்சு விட்டார். 'அதுதான் துரதிர்ஷ்டம் மேடம். நாட்டின் பொருளாதாரச் சூழலால் வீரர்களுக்குப் போதுமான ஊதியம் தர முடிவதில்லை. நேபாள ராணுவத்தில் பணியாற்றிய அனுபவம் இருப்பதால் துபாய் போன்ற வெளிநாடுகளில் எங்களுக்கு எளிதில் பாதுகாப்புப் பணி கிடைத்துவிடுகிறது. இன்றும் ஐக்கிய நாடுகள் சபையின் அமைதிப் படையில் நேபாள வீரர்கள் உலகின் பல அபாயகரமான பகுதிகளில் பணியாற்றி வருகிறார்கள். நாட்டின் மொத்த வருமானத்தில் கால் பங்குக்கும் மேல் எங்களைப் போன்ற தொழிலாளர்கள் வெளிநாட்டிலிருந்து அனுப்பும் பணம்தான்.'

'கேட்பதற்கு அதிர்ச்சியாக இருக்கலாம், ஆனால் இதுதான் எங்கள் ஊரின் இன்றைய நிலை. உழைக்கும் ஆண்கள் எல்லோரும் இங்கே துபாயிலும் கத்தாரிலும் இருக்கிறோம். ஊரில் இருப்பவர்கள் என் தந்தை போன்ற முதியவர்கள்தாம். ஒருமுறை எங்கள் பக்கத்துக் கிராமத்தில் ஒரு முதியவர் இறந்தபோது அவரது உடலைத் தூக்கிச் செல்ல இளைஞர்களே இல்லை. கடைசியில் அந்த ஊர்ப் பெண்களே சவப்பெட்டியைத் தோளில் சுமந்து சென்றார்கள்.

அந்தப் புகைப்படம் பத்திரிகையில் வந்தபோது எங்கள் நெஞ்சே வெடித்துவிட்டது' என்றார்.

அமைதியாக அவர் பேசுவதைக் கேட்டுக்கொண்டிருந்தேன்.

'எங்களுக்கு வேறு வழியில்லை மேடம். கிடைக்கும் ஒரே வழியில் பயணம் செய்துதான் ஆக வேண்டும். மகன் படிக்கிறான். அடுத்த தலைமுறை நாங்கள் பட்ட கஷ்டத்தைப் படாது என்று நம்புகிறேன்' என்றார்.

அடுத்த ஷிப்ட் ஆள் வரவும் அவர் கிளம்பத் தயாரானார்.

'நீங்கள் எங்களிடம் இப்படி வந்து பேசியதே பெரிய விஷயம் மேடம். எல்லோரும் எங்களைச் சீருடை அணிந்த ஓர் உருவமாகத்தான் பார்க்கிறார்கள். எங்களுக்கும் ஒரு தியாக வரலாறு உண்டு என்று யாரும் நினைப்பதில்லை' என்று கூறிவிட்டு நகர்ந்தார்.

என்ன சொல்வதென்று தெரியாமல் ஒரு புன்னகையுடன் நானும் விடைபெற்றேன்.

21. நொறுங்காதவர்கள்

நூலகத்தின் கேஃப்படேரியாவில் அமர்ந்திருந்தேன். பக்கத்து மேஜையில் ஒரு பெண்மணி மடிக்கணினியில் வேலை செய்துகொண்டிருந்தார். அவர் தொலைபேசியில் அரபியும் ஃபிரெஞ்சும் கலந்து பேசியது என் கவனத்தை ஈர்த்தது.

'*Oui maman...*' (சரி அம்மா...) என்று பேச்சை முடித்துவிட்டு அலைபேசியை வைத்தார். அவர் முகம் வாடியிருந்தது. தயக்கத்துடன் அவரிடம் பேச்சுக் கொடுத்தேன். அவர் பெயர் நாடியா ஹயேக். லெபனான் தலைநகர் பெய்ரூட்டைச் சேர்ந்தவர்.

'எல்லாம் நலம்தானே நாடியா?' என்று மெல்லக் கேட்டேன்.

'லெபனானில் இருக்கும் என் பெற்றோரிடம் பேசினேன் மேடம். அங்கே ஒவ்வொரு விடியலும் ஒரு பெரும் போராட்டமாகத்தான் இருக்கிறது. அவர்களுக்குத் தேவையான அடிப்படை ரத்த அழுத்த மருந்துகளையும், இன்சுலினையும் கூட என்னால் இங்கிருந்து அனுப்ப முடியவில்லை. மருந்தகங்களில் மருந்துகள் இல்லை. அப்படியே இருந்தாலும் அவற்றின் விலை என் அப்பாவின் ஒரு மாத ஓய்வூதியத்தை விட அதிகம். அந்த இயலாமைதான் என்னை வருத்துகிறது' என்றார் நீண்ட பெருமூச்சோடு.

'புரிகிறது நாடியா. லெபனானில் மருந்து தட்டுப்பாடும் பொருளாதாரச் சிக்கல்களும் இருப்பதாகச் செய்திகளில்

பார்த்தேன். அங்கே நிலைமை அந்த அளவுக்கு மோசமாக இருக்கிறதா?' என்று கேட்டேன்.

'ஆமாம் மேடம். அந்த அறிக்கை சொல்லும் புள்ளிவிவரங்களை விடவும் நிஜ வாழ்க்கை மிகக் கடுமையானது. ஒருகாலத்தில் சுவிஸ் வங்கிகளைப் போலவே எங்கள் வங்கிகளும் பாதுகாப்பானவை என்று மக்கள் நம்பினார்கள். ஆனால், அன்று எங்களை உயர்த்திய அதே வங்கிகள் இன்று மக்களின் சேமிப்பைப் பிணையாகப் பிடித்து முடக்கி வைத்துள்ளன. மக்கள் தங்கள் சொந்தப் பணத்தை எடுக்க வங்கிகளுக்கு முன் துப்பாக்கியுடன் நிற்கும் அவலம் இன்று அங்கே நடக்கிறது. இதுதான் காலத்தின் முரண்' என்றார்.

நாடியா இடைவெளி இல்லாமல் பேச்சைத் தொடர்ந்தார்.

'பொருளாதார வீழ்ச்சி என்பதை வெறும் வார்த்தையாகச் சொல்ல முடியாது. 2019 முதல் லெபனான் நாணயம் தன் மதிப்பில் தொண்ணூற்றெட்டு சதவீதத்தை இழந்துவிட்டது. முன்பு ஒரு டாலருக்கு ஆயிரத்து ஐந்நூறு பவுண்டுகள் கொடுத்தோம். இன்று ஒரு டாலரின் மதிப்பு தொண்ணூறாயிரம் பவுண்டுகளைத் தாண்டிவிட்டது. என் அம்மாவின் நாற்பது ஆண்டுக்கால உழைப்பின் சேமிப்பு, இன்று ஒரு வார மளிகைப் பொருளுக்குக் கூடப் போதாது. நடுத்தர வர்க்கம் என்பது முற்றிலும் அழிந்துவிட்டது. மக்கள் இப்போது பண்டமாற்று முறைக்கு *(Barter system)* மாறிவிட்டார்கள். ஒரு டப்பா பாலுக்காகத் தங்களின் உடைமைகளைப் பண்டமாற்றிக்கொள்ளும் நிலையில் ஒரு சமூகம் தள்ளப்பட்டிருக்கிறது' என்று விவரித்தார்.

நாடியாவின் கவலையைப் போக்க கொஞ்சம் வரலாற்றின் பக்கம் பேச்சைத் திருப்பினேன். நாட்டின் வரலாற்றைச் சொல்லும்போது அவர் பேச்சில் உற்சாகம் தெரிந்தது.

'நாங்கள் ஃபொனீஷியர்கள் வாழ்ந்த மண்ணைச் சேர்ந்தவர்கள். இன்று உலகம் பயன்படுத்தும் அகரவரிசையை *(Alphabet)* அறிமுகப்படுத்தியவர்கள் நாங்கள்தான்' என்றார் பெருமிதத்துடன்.

'கொஞ்சம் விளக்க முடியுமா?' என்று கேட்டேன்.

'நிச்சயமாக! ஃபொனீஷியர்களுக்கு முன்பு எகிப்தியர்கள் சித்திரங்களை *(Hieroglyphics)* வரைந்து தகவல்களைப் பதிவு

செய்தார்கள். அது ஒரு கடினமான கலை. கடல் வர்த்தகத்தில் சிறந்து விளங்கிய ஃபொனீஷியர்களுக்கு எளிமையான எழுத்துமுறை தேவைப்பட்டது. அதனால் ஒலிகளை அடிப்படையாகக் கொண்ட 22 எழுத்துகளை உருவாக்கினார்கள். இதுவே கிரேக்கர்களிடம் பரவியது. பின்னர் லத்தீனாக மாறி, இன்று ஆங்கில அகரவரிசையாக உள்ளது. நீங்கள் எழுதும் ஒவ்வொரு எழுத்தின் வேரும் எங்களுடையதுதான்' என்று அவர் விளக்கியது பிரமிக்க வைத்தது.

ஆனால் அந்தப் பெருமிதம் நீண்ட நேரம் நீடிக்கவில்லை. மீண்டும் பெருமூச்சுடன் தன் அலைபேசியைப் பார்த்தார்.

'அறிவுபூர்வமான ஒரு சமூகம் இன்று இப்படிச் சிதைந்து போயிருப்பதை என்னால் ஜீரணிக்க முடியவில்லை. 2020 ஆம் ஆண்டு நிகழ்ந்த பெய்ரூட் துறைமுக வெடிப்புச் சம்பவமே இதற்குச் சாட்சி. சுமார் 2,750 டன் அம்மோனியம் நைட்ரேட் வெடிபொருட்கள், எந்தப் பாதுகாப்பு விதிகளும் இன்றிப் பல ஆண்டுகளாகத் துறைமுகக் கிடங்கில் தேங்கிக் கிடந்தன. அரசின் மெத்தனமும், அதிகாரிகளின் அலட்சியமும் அன்று ஒரு நகரத்தையே சுடுகாடாக்கியது. இரண்டாம் உலகப் போருக்குப் பிறகு நிகழ்ந்த மிகப்பெரிய அணுகுண்டல்லாத வெடிப்பு அது. இருநூற்றுக்கும் மேற்பட்டோர் இறந்தனர். மூன்று லட்சம் மக்கள் தங்கள் வீடுகளை இழந்தனர். ஒரு தேசத்தின் எஞ்சியிருந்த நம்பிக்கை அன்று அந்தப் புகையோடு கரைந்துபோனது.'

'இன்று அங்கே நிலைமை எப்படியிருக்கிறது?' என்று மெல்லக் கேட்டேன்.

'இப்போது அங்கே அரசு மின்சாரம் ஒரு நாளைக்கு இரண்டு மணிநேரம் கிடைப்பதே பெரிய விஷயம். மீதி நேரம் முழுவதும் நாடு இருளில் மூழ்கிக் கிடக்கிறது. நள்ளிரவில் பெய்ரூட் நகரைப் பார்த்தால் அது பேய் நகரம் போலத் தோன்றும். தெருவிளக்குகள் கிடையாது, மருத்துவமனைகளில் அறுவை சிகிச்சை செய்ய மின்சாரம் கிடையாது. அதனால்தான் லெபனானுக்கு உள்ளே இருப்பவர்களை விட, எங்களைப் போலப் பிழைப்புத் தேடி வெளியே புலம்பெயர்ந்து வாழ்பவர்கள் அதிகம். உலகெங்கும் சுமார் ஒன்றரை கோடி லெபனானியர்கள் வசிக்கிறோம். ஆனால் நாட்டுக்குள் இருப்பது வெறும் அறுபது லட்சம் பேர்தான்' என்றார்.

‘இவ்வளவு சவால்களுக்கு நடுவிலும் மக்கள் எப்படி நம்பிக்கையோடு இருக்கிறார்கள்?’ என்று கேட்டேன்.

நாடியா புன்னகைத்தார். ‘எங்கள் தேசியக் கொடியின் நடுவே இருக்கும் அந்தப் பச்சை நிற ‘சிடார்’ (Cedar) மரத்தைப் பார்த்திருக்கிறீர்களா? அது ஆயிரம் ஆண்டுகள் வாழக்கூடியது. எப்பேர்ப்பட்ட கடும் புயலையும் தாங்கி நிற்கும் வலிமை அதற்கு உண்டு. லெபனானியர்களும் அந்தச் சிடார் மரத்தைப் போன்றவர்கள்தான். நாங்கள் வரலாற்றில் பலமுறை உடைந்திருக்கிறோம், போர்களைச் சந்தித்திருக்கிறோம். ஆனால் ஒருபோதும் நொறுங்கிப்போனதில்லை. மீண்டும் துளிர்ப்போம்!’ என்றார் உறுதியுடன்.

அவர் கிளம்பியபோது என் காபி ஆறிப்போயிருந்தது.

பொருளாதார வீழ்ச்சி, துறைமுக வெடிப்பு என லெபனான் சிதைந்துபோயிருக்கலாம். ஆனால், நாடியா போன்றவர்களின் இதயத்தில் பொற்கால பெய்ரூட்டை உருவாக்கும் நம்பிக்கை இன்னும் வாழ்கிறது. உடைந்தும் துளிர்க்கும் அந்த சிடார் மரத்தின் வீரியம்தான் லெபனானின் உண்மையான அடையாளம்!

22. சிரியாவின் வலி

நூலகத்தின் அமைதியான சூழலில் அமர்ந்திருக்கும்போது, இதமாக ஒரு கோப்பை வெந்நீர் கிடைத்தால் நன்றாக இருக்குமே என்று தோன்றும். ஆனால், அங்கிருக்கும் சிற்றுண்டிச்சாலையில் நான்கு புத்தகங்களின் விலையைத் தந்தால்தான் ஒரு 'ஹாட் சாக்லேட்' கிடைக்கும். அந்த எண்ணத்தை விலக்கிவிட்டு இடத்தைத் தேடினேன்.

வலதுபுறம் திரும்பினால் வளைந்து வளைந்து குருவிக்கூடுகளைப் போல அமைக்கப்பட்டிருக்கும் தனித்தனி இருக்கைகள் கண்ணைக் கவரும். அதன் உள்ளே அமர்ந்துவிட்டால், வெளியே இருப்பவர்களுக்கு நாம் இருப்பது தெரியாது. மடிக்கணினி வைக்கச் சிறிய மேஜை, சாய்ந்து அமர சொகுசான இருக்கை என அது ஒரு தனி உலகம். அங்கு வரும்போதெல்லாம், அந்தப் பகுதி காலியாக இருக்கிறதா என்று பார்த்துவிட்டுத்தான் மற்ற இடங்களைத் தேடுவேன். அன்று என் அதிர்ஷ்டம், எனக்கான ஒரு 'கூடு' காத்திருந்தது.

நூலகம் ஒரு தனி உலகம் என்றால், இந்தத் தனிக்கூடு அதில் சொர்க்கம். உள்ளே அமர்ந்து என் வேலையைத் தொடங்கினேன். ஒன்றரை மணிநேர உழைப்பிற்குப் பிறகு சற்றே உடலைத் தளர்த்திக்கொள்ள வெளியே வந்தேன். அப்போது எனக்கு அருகிலிருந்த மற்றொரு இருக்கையில் ஒரு மனிதர் வந்து

அமர்ந்தார். நல்ல உயரம். காய்ச்சிய பாலில் படரும் வெளிர் மஞ்சள் நிற ஏடு போன்ற மேனி. அலை அலையான கூந்தல், ஆனால் நெற்றி சற்று ஏறியிருந்தது. 'அஸ்ஸலாமு அலைக்கும்' என்று மென்மையாக முகமன் கூறினார். பதிலுக்கு 'வ அலைக்கும் ஸலாம்' என்றேன்.

அவரும் எனக்கு அருகிலிருந்த கூட்டுக்குள் இருந்துதான் வெளியே வந்தார். இங்கு வருபவர்களில் பெரும்பாலானோர் ஆய்வாளர்கள் அல்லது ஆசிரியர்களாக இருப்பார்கள் என்ற என் கணிப்பு அவரிடமும் பலித்தது.

அப்போது, எதிரிலிருந்த நூலகப் பகுதியிலிருந்து பன்னிரண்டு வயதுச் சிறுமி ஒருத்தி வெளியே வந்து கையாட்டினாள். அது எனக்கான கையசைவு இல்லை என்று புரிந்துகொண்டு, பக்கத்தில் அமர்ந்திருந்தவரிடம், 'உங்கள் மகள் உங்களை அழைக்கிறாள்' என்றேன்.

அவர் நான் காட்டிய திசையை நோக்கித் திரும்பினார். அவளை அருகில் அழைத்து, 'என்ன புத்தகம் படிக்கிறாய்? எப்போது வந்தாய்?' என்று அன்புடன் விசாரித்தார். அந்தச் சிறுமி, 'தேங்க்யூ சார்' என்று கூறிவிட்டு மீண்டும் நூலகத்திற்குள் ஓடினாள்.

அவசரப்பட்டு, உங்கள் மகள் என்று சொல்லிவிட்ட சங்கடத்தில் நான் நெளிந்தேன்.

'என் மகள் உயிரோடு இருந்திருந்தால், இப்போது என் மாணவியின் வயதில்தான் இருப்பாள்.'

அறியாமல் ரணத்தைக் கிளறிவிட்ட வருத்தத்தில் நான் 'மன்னிக்கவும்' என்றேன்.

'பரவாயில்லை விடுங்க, என் பெயர் முஹம்மது ஹயான். ஜெம்ஸ் பள்ளில ஆங்கில ஆசிரியராக இருக்கிறேன். என் பூர்வீகம் சிரியா.'

ஒருகாலத்தில் நாகரிகத்தின் தொட்டிலாகத் திகழ்ந்த தேசம், இன்று உலக வரைபடத்தில் ஒரு பெரும் ரத்தக் கறையாக மாற்றப்பட்டிருக்கும் சித்திரம் என் கண்முன்னே வந்து போனது. 2006-இல் சிரியாவைப் பீடித்த கடும் பஞ்சம் எப்படி ஒரு பசுமையான தேசத்தைப் பசிக்கு இரையாக்கியது என்பதை அவர் விவரிக்கத் தொடங்கினார்.

'நான்காண்டுகள் மக்கள் பசியால் மடிந்தார்கள். அப்போதைய அசாத் அரசு மக்களைக் காக்கத் தவறியதோடு, அடக்குமுறையையும் ஏவிவிட்டது.

இந்த அடக்குமுறைக்கு எதிராகத்தான் 'அரபு வசந்தம்' என்னும் மக்கள் எழுச்சிப் பேரலை சிரியாவிற்குள் நுழைந்தது. ஹயான் பிறந்த ஊரான தாராவில், பத்து முதல் பதினைந்து வயதுக்குட்பட்ட சுமார் பதினைந்து பள்ளிச் சிறுவர்கள் விளையாட்டுத்தனமாகச் சுவரில் எழுதிய வாசகங்கள்தான் அந்தப் போராட்டத்தின் தொடக்கப்புள்ளி.

'இந்த ஆட்சி வீழ வேண்டும்' என்று அண்டை நாடுகளில் எதிரொலித்த புரட்சி முழக்கங்கள்தாம் பிரச்னையாகிப்போயின. பள்ளிச் சிறுவர்களை ரகசியப் போலீஸ் கைது செய்தனர். சிறையில் அடைத்தார்கள், நகங்களைப் பிடுங்கினார்கள். கொடூரமாகச் சித்திரவதை செய்தார்கள். என்ற செய்தி காட்டுத்தீயாகப் பரவியது.

தாரா நகரின் வீதிகள் போராட்டக் களமாக மாறின. 2011 மார்ச் மாதம் தொடங்கிய அந்த 'சிரியா மக்கள் எழுச்சி' (Syrian Uprising), அமைதிப் போராட்டமாகத்தான் ஆரம்பித்தது. ஆனால், அரசு ஏவிய துப்பாக்கிச் சூடு அதைப் பெரும் உள்நாட்டுப் போராக மாற்றியது.

'போர்க்களத்தில் என் தந்தையும் மனைவியும் என் கண்முன்னே மாண்டார்கள். என் மனைவியின் மடியிலிருந்த ஓராண்டுப் பச்சிளம் மகளை மட்டும் காணவில்லை. அவள் இறந்திருந்தால் உடல் கிடைத்திருக்கும். கிடைக்கவில்லை என்பதால் அவள் எங்கோ உயிரோடு இருக்கிறாள் என்று என் அடிமனம் இன்றும் பிடிவாதமாக நம்புகிறது,' என்று சொல்லும்போது அவர் குரல் தழுதழுத்தது.

ராணுவ டாங்கிகள் சூழ்ந்த அந்த மரணப்பிடியிலிருந்து தன் மூன்று வயது மகனுடன் தப்பித்து, இன்று பல தேசங்களைக் கடந்து துபாய் வந்திருக்கிறார் ஹயான். மகன் இப்போது பல்கலைக்கழகத்தில் படிக்கிறான். வாழ்க்கை நகர்ந்தாலும், அன்று இதயத்தில் விழுந்த வடுக்கள் இன்னும் ஆறவில்லை என்பதை அவர் கண்கள் சொல்லின.

சிரியாவில் இன்றும் அமைதி திரும்பவில்லை. 2011-இல் தொடங்கிய அந்தப் போராட்டம் இன்று பல லட்சம் உயிர்களைப் பலிவாங்கிவிட்டது. ஒரு கோடிக்கும் அதிகமான மக்கள் அகதிகளாக ஐரோப்பாவிற்கும் மத்தியக் கிழக்கு நாடுகளுக்கும் சிதறி ஓடிக்கொண்டிருக்கிறார்கள்.

அவர் ஒரு பெருமூச்சுடன் ‘அல்ஹம்துலில்லாஹ்’ என்றார். ஒவ்வொரு சனிக்கிழமையும் ஹயானுக்கு ‘நூலக நாள்’. உலகத்தின் இரைச்சல்களிலிருந்தும், தன் கடந்தகால வலிகளிலிருந்தும் தப்பிக்கப் புத்தகங்களைத் தஞ்சம் அடையும் நாள்.

நான் அந்த நூலகத்திலிருந்து வெளியேறும்போது, ஹயான் மீண்டும் ஒரு புத்தகத்திற்குள் தன்னைத் தொலைத்துக்கொண்டிருந்தார். ஒரு நாட்டின் வரலாறு அதன் போர் வெற்றிகளில் இல்லை. ஹயான் போன்றவர்கள் சுமந்து திரியும் சொல்ல முடியாத துயரங்களில்தான் உறைந்து கிடக்கிறது.

23. டோங்கி நகரின் இரைச்சல்

நூலகம் ஒவ்வொரு நாளும் ஒரு பளிங்குப் பேழையைப் போல் மின்னுகிறது. இந்தப் பொலிவுக்குக் காரணம் அங்கு பணியாற்றும் அந்தப் பத்து ஊழியர்கள்தான். நூலகத்தின் நீண்ட அறைகள், வரவேற்புப் பகுதி, பிரம்மாண்டமான கண்ணாடிச் சுவர்கள் என எங்கு தேடினாலும் சிறு தூசிதும்பைக் கூட உங்கள் கண்கள் கண்டறிய முடியாது.

அன்று கழிப்பறைப் பக்கம் சென்றபோதுதான் நான் மும்தாஜை முதன்முதலில் கவனித்தேன். நீலநிறச் சீருடையில் இருந்த அவரது முகம், இடதுபுற மூக்குத்தியின் ஒளியால் பளிச்சென்று தெரிந்தது. நான் வெளியே வந்ததும், அந்த இடத்தை மீண்டும் ஒருமுறை மெருகேற்ற உள்ளே சென்றவளிடம் மெல்லப் பேச்சு கொடுத்தேன்.

ஊரே உறங்கிக்கொண்டிருக்கும் அதிகாலை ஐந்து மணிக்கே மும்தாஜின் அன்றாடப் பணிகள் உயிர்பெற்றுவிடுகின்றன. முதலில் அவர் கீழே இருக்கும் குழந்தைகள் நூலகத்தைத் தூய்மைப்படுத்த வேண்டும். விளையாட்டுப் பொருட்கள், சிறு கூடாரங்கள் என எதையும் விட்டுவைக்காமல் தூசுதட்டுவார். நூலகம் திறக்கப்படும் ஒன்பது மணிக்கு முன்பே அவர் அந்த இடத்தை விட்டு வெளியேறிவிட வேண்டும். அதன் பிறகு மாலை ஐந்து மணி வரை, கழிப்பறைக்கு வெளியே போடப்பட்டிருக்கும் ஒரு சிறு நாற்காலிதான் அவரின் உலகம்.

மும்தாஜின் வேர்கள் பங்களாதேஷின் ‘டோங்கி’ நகரில் இருக்கின்றன. தலைநகர் தாக்காவுக்கு வடக்கே அமைந்துள்ள இந்த நகரம், பங்களாதேஷின் மிக முக்கியமான தொழில்பேட்டை. ஆயிரக்கணக்கான ஆடைத் தொழிற்சாலைகளின் புகையாலும், தையல் இயந்திரங்களின் சத்தத்தாலும் டோங்கியின் காற்று எப்போதும் கனத்திருக்கும். மும்தாஜும் ஒருகாலத்தில் அங்குதான் பணியாற்றியவர். அங்கு அவர் பெயர் மும்தாஜ் இல்லை. ‘ஆபரேட்டர் எண் 2453’ மட்டுமே.

‘ஒரு நாளைக்குப் பதினான்கு மணி நேரம் வேலை. மிஷின்களின் இரைச்சல், காற்றோட்டமற்ற சுவர்கள். சில நிமிட உணவு இடைவேளை மட்டுமே கிடைக்கும்,’ என்று அவர் பகிரும்போது, உலகளாவிய பிராண்டுகளின் பின்னால் இருக்கும் அந்த எளிய பெண்களின் உழைப்பு என் கண்முன்னே நிழலாடியது. பழைய நினைவுகளைப் பேசும்போது, 2013-இல் நிகழ்ந்த அந்த மாபெரும் ‘ரானா பிளாசா’ விபத்தை அவர் நினைவு கூர்ந்தார்.

சாவர் என்ற இடத்தில் அந்த எட்டு மாடிக் கட்டடம் இடிந்து விழுந்தபோது, ஆயிரத்துக்கும் மேற்பட்ட தொழிலாளர்கள் பலியாயினர்.

‘முதல் நாளே சுவர்களில் விரிசல்கள் தெரிந்தன. ஆனால், ஆர்டர்களை முடிக்க வேண்டும் என்ற நெருக்கடியில் எங்களைப் பலவந்தமாக வேலைக்கு வரச்சொன்னார்கள். என் தோழிகள் பலரை அந்தக் கட்டடம் விழுங்கிவிட்டது,’ என்று சொல்லும்போது அவர் கண்களில் வலி தெரிந்தது.

மூன்றுமே பெண் குழந்தைகளாகப் பிறந்தன என்ற ஒரே காரணத்துக்காகக் கணவர் இன்னொரு திருமணம் செய்துகொண்டு அவரைத் தவிக்கவிட்டார். பசியைப் போக்க தொழிற்சாலை வருமானம் போதுமானதாக இருந்தாலும், மகள்களின் கல்வியை அது உறுதிசெய்யவில்லை.

தன் தேசத்தின் விடுதலைக்குப் பிந்தைய பொருளாதார நெருக்கடிகள், 1979-இல் திறக்கப்பட்ட துபாயின் ஜெபல் அலி துறைமுகம் வழியாகப் பல்லாயிரம் பேருக்குப் புதிய பாதையைக் காட்டின. அந்தப் பாதையில்தான் மும்தாஜும் இன்று இங்கு வந்து நிற்கிறார்.

மாதம் ஆயிரத்து இருநூறு திர்ஹாம் சம்பளம். சொந்த ஊரில் எவ்வளவுதான் மல்லுக்கட்டினாலும் இதில் கால்வாசியைக் கூட ஈட்ட முடியாது. இன்று அமீரகத்தில் இருக்கும் சுமார் முப்பது லட்சம் பங்களாதேஷிகளில் 15 சதவீதம் பேர் பெண்கள். இவர்களில் பெரும்பாலானோர் எளிய துப்புரவுப் பணிகளில் தங்களை உருக்கிக்கொண்டு, தங்கள் நாட்டின் பொருளாதாரத்தை உயர்த்திப் பிடிக்கிறார்கள்.

மும்தாஜ் இங்கு வந்து ஐந்து ஆண்டுகள் கடந்துவிட்டன. மகள்களின் கல்விச் செலவும், ஏனைய வீட்டுத் தேவைகளும் அவரது ஊர் திரும்பும் காலத்தை மீண்டும் மீண்டும் தள்ளிப்போடுகின்றன. இப்போது மூத்த மகள் கல்லூரிக்குச் செல்கிறாள். ‘பிள்ளைங்க படிச்சு முடிச்சு ஒரு வேலைக்குப் போனதுக்கு அப்புறம்தான் கல்யாணம்’ என்பதில் மும்தாஜ் மிக உறுதியாக இருக்கிறார்.

மகள்களுக்கு சொகுசான வாழ்வை உறுதிசெய்துவிட்ட மும்தாஜின் வாழ்க்கை மட்டும், அந்த நூலகத்தின் அச்சு மாறாத செக்கைப் போல இங்கேயே சுழன்றுகொண்டிருக்கிறது.

24. பாகிஸ்தானின் சாபம்

நூலகத்திற்குப் பின்புறம் செயற்கை நீரோடை ஒன்று உண்டு. நகரத்தின் இரைச்சலிலிருந்து தப்பிக்க நினைப்பவர்களுக்கு ஏற்ற இடம். ஓடைக்கு அருகிலிருந்த ஒரு சிறிய சுவரில் அமர்ந்தபடி, அந்த நீர்நிலையின் அழகை ரசிக்கத் தொடங்கினேன்.

நான் அமர்ந்து இருந்த இடத்திலிருந்து சற்றுத் தள்ளி ஒரு பாகிஸ்தானியர் குனிந்து மண்ணைக் கிளறிக்கொண்டிருந்தார். சிமெண்ட் நிறத்தில் குர்தா பைஜாமா அணிந்திருந்தார். எழுந்து நின்றால் நிச்சயம் ஆறடிக்கு மேல் இருப்பார்.

அங்கிருந்து நகர்ந்தவர், சிறிது நேரத்தில் ஒரு சிறிய தள்ளுவண்டி நிறையப் பூச்செடிகளோடு மீண்டும் வந்து சேர்ந்தார். அதே இடத்தில் அமர்ந்து செடிகளை நடும் பணியைத் தொடர்ந்தார். அந்தச் செடிகளைப் பார்த்ததும் என்னையும் அறியாமல் ஒரு ஆர்வம் தொற்றிக்கொள்ள, அவர் அருகே சென்றேன்.

'அஸ்ஸலாம் அலைக்கும் பாய்ஜான்!' என் குரல் கேட்டு அவர் நிமிர்ந்து பார்த்தார்.

'வலைக்கும் அஸ்ஸலாம்' என மென்மையாகப் பதிலளித்தார்.

'என்ன செடி நடப் போறீங்க?' என்று கேட்டதற்கு அந்தச் செடிகளைச் சுட்டிக்காட்டியபடி விவரித்தார்.

‘ஒரு திர்ஹாமுக்குக் கிடைக்கிற சின்ன வகை பூச்செடிகள்தாம்மா இது.’

அடர் சிவப்பு, ஊதா, வெள்ளை, இளஞ்சிவப்பு எனப் பல வண்ணங்களில் மலர்கள் பூத்துக் குலுங்கின. அவற்றைப் பார்க்கும்போது, தலையில் பூ வைத்துக்கொண்டு வரிசையில் நிற்கும் பள்ளிச் சிறுமிகளின் ஞாபகம் வந்தது.

‘இதெல்லாம் எவ்வளவு நாள் தாங்கும்?’

‘வெயில் காலம் வர்ற வரைக்கும் எந்தப் பிரச்சனையும் இல்ல. நீங்க இந்தியாவா? மலபாரியா?’ என வேலையைத் தொடர்ந்தபடியே என்னிடம் விசாரித்தார்.

‘மலபாரி இல்லைங்க... நான் தமிழ். சென்னை!’

என் உருதுப் பேச்சைக் கேட்டுப் பாராட்டியவர், ‘இங்க என்ன பண்றீங்க?’ எனக் கேட்டார்.

‘ரொம்ப நேரமா உள்ள உட்கார்ந்து படிச்சிட்டு இருந்தேன். அதான் கொஞ்சம் காத்து வாங்க வெளில வந்தேன்.’

அவர் மெலிதாகச் சிரித்தபோது, கறைபடிந்த பற்களும் காற்றில் ஆடும் வெள்ளைத் தாடியும் ஒரு முதியவருக்குரிய தோற்றத்தை அளித்தன.

அவர் ஊரைப் பற்றி விசாரித்தேன்.

‘பஞ்சாப் மாகாணத்துல இருக்கிற ஒரு சின்ன கிராமம்மா. சுற்றிலும் கோதுமை வயல்களும், கிண்ணு பழத் தோட்டங்களும் நிறைஞ்ச ஊர். இப்போ அங்க நிலைமை சரியில்லைம்மா. பாகிஸ்தானோட பொருளாதாரம் ரொம்பச் சரிஞ்சு போச்சு. கோதுமை மாவு வாங்கவே மக்கள் வரிசையில நிக்கிறாங்க. விவசாயம் பண்ணப் போனாலும் உரத்தோட விலை விண்ணைத் தொடுது.’

‘ஏன் பாய்ஜான், இவ்வளவு பெரிய நாடு ஏன் இப்படி ஆனது?’

‘இது பாகிஸ்தானின் சாபம் போலம்மா. நாடு சுதந்திரம் அடைஞ்சதுல இருந்து இன்னைக்கு வரைக்கும் ஒரு பிரதமர் கூடத் தன்னோட ஆட்சிக்காலத்தை முழுசா முடிச்சது இல்ல. ஒண்ணு ராணுவம் உள்ள புகுந்து ஆட்சியைக் கலைச்சிடும். இல்லன்னா நீதிமன்றம் மூலமா வீட்டுக்கு அனுப்பிடுவாங்க.

ஜனநாயகத்துக்கும் ராணுவத்துக்கும் நடுவுல நடக்குற இந்த இழுபறியில ஜனங்கதான் நசுங்கிப் போறோம். ஒரு ஆட்சியாவது நிலைச்சிருந்தாத்தானே நாட்டுக்கு என்ன வேணும்னு யோசிக்க முடியும்? கடன் வாங்கி வாங்கியே நாடே கடனாளியா கிடக்கு. இதோ, இந்த வயசான காலத்துலயும் அதனாலதான் துபாய் வெயில்ல காய வேண்டியிருக்கு.'

பாகிஸ்தானின் தற்போதைய பணவீக்கமும் அரசியல் குழப்பங்களும் அவர் பெருமூச்சில் கரைந்தன. சிறிய மௌனத்துக்குப் பிறகு, தன் மகளைப் பற்றிப் பேச ஆரம்பித்தார்.

சிறிய மௌனத்துக்குப் பிறகு, மகளைப் பற்றிப் பேச ஆரம்பித்தார்.

'என் பொண்ணுக்கும் கிதாப் (புத்தகம்) ரொம்பப் பிடிக்கும்மா. அவளுக்கு இக்பால் கவிதைகள்னா உயிர். உருது டீச்சரா வேலை பார்த்தவ. அப்புறம் கல்யாணம் பண்ணிக் கொடுத்தேன். மாப்பிள்ளை 'வேலைக்கெல்லாம் எதுக்குப் போகணும், வீட்டோடயே இரு'ன்னு சொல்லிட்டாரு. இப்போ அவ வீட்லதான் இருக்கா. அவளை எப்ப பார்க்கப் போனாலும், ஒரு புத்தகமாவது வாங்காம போக மாட்டேன்.'

'உங்களுக்கு வாசிக்கப் பிடிக்குமா?'

என் கேள்விக்கு ஒரு சிறிய புன்னகையைத் தந்தார்.

'என் பொண்ணுக்கு இக்பாலை அறிமுகம் செஞ்சதே நான்தாம்மா. இக்பால் வெறும் கவிஞர் மட்டும் இல்ல, ஆன்மாவைத் தட்டி எழுப்புற ஒரு ஞானி. 'உன் ஆன்மாவை நீ உணர்ந்துவிட்டால் இந்த உலகமே உன் காலடியில்'னு சொல்வார். அந்தத் தத்துவத்தை என் பொண்ணு ரசிச்சுப் படிப்பா. இந்த இடத்துக்குச் செடி நட வரும்போதெல்லாம் இக்பாலின் வரிகளும் என் பொண்ணு ஞாபகமும் ஒண்ணா வரும். உள்ளே போய் எல்லாத்தையும் பாக்கணும்னு தோணும். ஆனா செடி நட்ட இந்த மண் படிஞ்ச துணியோட உள்ளே போகத் தயக்கமா இருக்கு', பேசியபடியே ஒரு வெள்ளை நிறப் பூப் பூத்திருந்த செடியை மண்ணில் ஊன்றினார்.

'ஒருநாள் வேலை இல்லாதப்ப நல்லா டிரெஸ் போட்டுட்டு வந்து பாருங்க பாய்ஜான், உங்களுக்கு நிச்சயம் பிடிக்கும்.'

‘உருது கிதாப்லாம் அங்க இருக்குமா? முக்கியமா இக்பால் புத்தகங்கள்?’ மிகுந்த ஆவலோடு என் முகம் பார்த்தார்.

‘நான் இதுவரை கவனிச்சதில்லையே... ஆனா இருக்க வாய்ப்பிருக்கு’ எனச் சொன்னதும் அவர் முகத்திலிருந்த ஆர்வம் சட்டென்று வடிந்தது.

உலகத் தரத்திலான இத்தனை பெரிய நூலகத்தில், உலகின் மூத்த மொழியான என் தமிழுக்கும், அவர் தேடும் உருதுக்கும் இன்னும் ஒரு அலமாரி ஒதுக்கப்படவில்லையே என்பது சங்கடமாக இருந்தது. அடுக்கடுக்கான புத்தகங்களுக்கு மத்தியில் என் மொழியின் வாசனைக்காக ஏங்கிய அந்த நிமிடம் ஒரு பெரும் சூனியத்தை எனக்குள் உண்டாக்கியது.

சிறிது நேரம் கழித்து வரவேற்பறைக்குச் சென்று அங்கே இருந்தவர்களிடம் தமிழ்ப் புத்தகங்கள் குறித்துக் கேட்டேன். ‘புத்தகங்கள் வந்துவிட்டன, ஆனால் இன்னும் அலமாரியில் அடுக்கி வைக்கவில்லை’ என்றனர். உருது புத்தகங்களுக்கும் அதே நிலைதான்.

இன்னும் சில நாள்களில் எல்லா மொழிகளிலும் புத்தகங்கள் அங்கே வந்துவிடும் என்கிற நம்பிக்கையுடன் அங்கிருந்து விடைபெற்றேன்.

25. ஹைடி

நூலகத்தில் மக்கள் அதிகமில்லை. ஒவ்வொரு தளத்திலும் வாசகர்களின் எண்ணிக்கை விரல் விட்டு எண்ணக்கூடிய அளவிலேயே இருந்தது. ஆனால் தரைத்தளத்தில் மட்டும் திடீரெனப் பூத்த ஒரு மாயாஜாலத் தோட்டம் போலப் பத்து பதினைந்து பேர் கூடியிருந்தார்கள். அலங்காரப் புத்தகங்களாலான அந்தப் பிரம்மாண்டமான சுவரை அண்ணாந்து பார்த்தபடி எல்லா வயதிலும் ஆண்கள், பெண்கள், குழந்தைகள் அங்கே குழுமியிருந்தார்கள்.

அவர்களின் உடை மற்றும் தோற்றத்தை வைத்துப் பார்க்கும்போது, அவர்கள் மத்திய ஆசியாவின் உஸ்பெகிஸ்தான் அல்லது கஜகிஸ்தான் போன்ற பகுதிகளிலிருந்து வந்த சுற்றுலாப் பயணிகளாக இருக்க வேண்டும் என்று தோன்றியது. உஸ்பெகிஸ்தான் போன்ற நாடுகளில் நூலகக் கலாச்சாரம் என்பது இன்றும் பழைய சோவியத் யூனியன் காலத்து எச்சங்களைச் சுமந்துகொண்டிருக்கிறது. சோவியத் காலத்தில் நூலகங்கள் என்பது வெறும் வாசிப்புத் தலங்கள் மட்டுமல்ல; அவை அரசின் கொள்கைகளைப் பரப்பும் இடங்களாகவும், கடுமையான கண்காணிப்புக்கு உட்பட்ட இடங்களாகவும் இருந்தன.

நூலகத்திற்குள் நுழைந்தால் ஒருவித ‘இராணுவக் கட்டுப்பாடு’ நிலவ வேண்டும் என்பதும், புத்தகங்களைத் தொடுவதற்குக்

கூடப் பல நடைமுறைகள் இருப்பதும் அங்கிருக்கும் வழக்கம். இன்றும் அங்குள்ள பழைய நூலகங்களில் ஒரு சிறுமி இப்படித் துள்ளிக்குதித்து ஓடி விளையாடுவதையோ, விருப்பம்போலப் படுத்துக்கொண்டு வாசிப்பதையோ கற்பனை செய்துகூடப் பார்க்க முடியாது. அந்த இறுக்கமான பின்னணியிலிருந்து வந்த அவர்களுக்கு, துபாயின் இந்தச் சுதந்திரமான நூலகச் சூழல் ஒரு பெரும் வியப்பை அளித்திருக்க வேண்டும்.

தாஷ்கண்டில் உள்ள உஸ்பெகிஸ்தான் தேசிய நூலகம் போன்ற இடங்கள் இப்போது நவீனமாகிவிட்டாலும், கிராமப்புற மற்றும் பழைய மாவட்ட நூலகங்களில் இன்றும் அந்தப் பழைய சோவியத் காலத்து 'கட்டுப்பாட்டு உணர்வு' இருப்பதை ஆய்வாளர்கள் சுட்டிக்காட்டுகின்றனர்.

பொதுவாக நூலகம் என்றாலே நிலவும் அந்த நிசப்தம், அங்கே மட்டும் மெல்லிய சலசலப்பால் உடைந்திருந்தது. ஒவ்வொருவரும் அந்தப் புத்தகச் சுவருக்கு முன்னால் நின்று விதவிதமான பாவனைகளில் புகைப்படம் எடுத்துக்கொண்டிருந்தார்கள். ஒரு பெண் நின்ற விதம் மட்டும் இப்போதுவரை நினைவில் பசுமையாக இருக்கிறது. அவள் ஓர் ஓவியத்தைப் போலத் தெரிந்தாள்.

அப்போது ஒரு சிறுமி தன் அம்மாவின் சுண்டுவிரலை விடாமல் பற்றிக்கொண்டு அங்கிருந்து நகரத் தொடங்கினாள். தங்கம் போலப் பளபளத்த அந்தச் சிறுமியின் பின்னால் என் கால்கள் தானாக நடந்தன. அவள், குழந்தைகள் நூலகத்திற்குள் நுழைந்தாள். உள்ளே இருந்த வண்ண வண்ண இருக்கைகளைக் கண்டதும் அவள் கண்கள் விரிந்தன. ஒரு பட்டாம்பூச்சியைப் போலத் துள்ளிக்குதித்துச் சென்றவள், பூ வடிவில் இருந்த இருக்கையில் அமர்ந்து மகிழ்ந்தாள். நீண்ட சுரங்கம் போலிருந்த குழாய்க்குள் நுழைந்து விளையாடினாள்.

சுமார் ஐந்து நிமிடங்கள் கழித்து, மீண்டும் 'ஹைடி' புத்தகத்தைத் தேடிச் சென்றாள். ஒரு பொந்துக்குள் நுழைந்து கால்களை நீட்டிப் படுத்துக்கொண்டு வாசிக்கத் தொடங்கினாள். அவள் வாசிப்பைப் பார்த்தபோது எனக்கு ஜோகன்னா ஸ்பைரி எழுதிய பழைய நாவல் ஒன்றின் நினைவு வந்தது. ஆல்ப்ஸ் மலையின் பனிச்சிகரங்களுக்கு நடுவே தன் தாத்தாவுடன் வசிக்கும் சிறுமி ஹைடி. அந்தப் புத்தகத்தில் வரும் ஹைடி எப்படியெல்லாம் மலைச்

சரிவுகளில் ஓடித் திரிவாளோ அப்படியே இந்தப் பொந்துக்குள் படுத்துக்கொண்டு வாசிக்கும் சிறுமியும் தெரிந்தாள்.

ஒருவேளை அந்தச் சிறுமிக்கும் ஹைடியைப் போல நகரத்தின் விதிகள் பிடிக்கவில்லையோ என்னவோ! அவள் அங்கே ஓடி விளையாடியபோதும் சரி, இப்போது படுத்துக்கொண்டு வாசிக்கத் தொடங்கியபோதும் சரி, யாரும் அவளிடம் வந்து ‘உஷ்... அமைதியாக இரு’ என்றோ, ‘இங்கே அமரக் கூடாது’ என்றோ எந்தக் கட்டளையும் இடவில்லை. அந்தச் சுதந்தரமே அவளை எந்த அழுத்தமும் இன்றிப் புத்தகங்களை நோக்கித் தானாகத் திரும்பச் செய்தது.

‘மம்மா... இன்னும் கொஞ்ச நேரம் இங்கேயே இருக்கலாம்மா...’ என்று அவள் தன் தாய்மொழியில் கெஞ்சுவது புரிந்தது. மொழி தெரியாவிட்டாலும் அந்த உணர்வு தெள்ளத்தெளிவாகத் தெரிந்தது. ஆனால் அம்மா தன் கைக்கடிகாரத்தைக் காட்டி நேரம் ஆகிவிட்டதை உணர்த்தினார். அவளை அள்ளி அணைத்துத் தூக்கிக்கொண்டு அங்கிருந்து வெளியேறினார்.

அந்தச் சிறுமியின் பெயர் எனக்குத் தெரியாது, அதனால் நானே அவளுக்கு ‘ஹைடி’ என்று பெயர் சூட்டினேன். அவள் சென்ற பிறகு அந்தப் பிரம்மாண்டமான குழந்தைகள் நூலகம் சட்டென்று வெறிச்சோடிப் போனது போல ஒரு பிரமை எழுந்தது. நானும் அந்த மாயாஜாலத் தோட்டத்திலிருந்து வெளியேறி முதல் தளத்துக்கு நடந்தேன்.

26. ஒருநாள் அழைப்பு வரும்

அன்று நூலகத்தின் வரவேற்பறை வழக்கத்துக்கு மாறாக ஒரு போர்க்களத்தைப் போலக் காட்சியளித்தது. எங்கு நோக்கினும் மாணவர் கூட்டம். கையில் மடிக்கணினிப் பையுடனும், தடிமனான பாடப்புத்தகங்களுடனும் அவர்கள் இரண்டாம் தளத்திலுள்ள படிக்கும் தனி அறைகளை *(Study Rooms)* பதிவு செய்ய முண்டியடித்துக் கொண்டிருந்தனர். தேர்வு நேரங்களில் நூலகம் நிரம்பி வழிவது உலகளாவிய வழக்கம் என்றாலும், இங்கே இரண்டாம் தளம் மாணவர்களின் ஆகச்சிறந்த புகலிடம்.

வரவேற்பறையில் இருந்த ராஷீத், நிதானத்துடன் ஒவ்வொருவருக்கும் பதிலளித்துக்கொண்டிருந்தார். வரிசையில் நின்ற மாணவர்கள் தங்கள் அடையாள அட்டைகளை ராஷீத்திடம் காட்டினர். பின்னர் அங்கிருந்த திரையில் தங்களுடைய அலைபேசி எண்களைப் பதிவு செய்து, தங்களுக்கான இடத்தை உறுதிப்படுத்திக் கொண்டனர்.

'தனியாகப் படிக்கும் அறைகளா அல்லது குழு விவாதத்துக்கான இடமா?' என ராஷீத் அரபியிலும் ஆங்கிலத்திலுமாக மாறி மாறி வினவி, அறைகளை ஒதுக்கிக்கொண்டிருந்தார். ஒரு நிமிடம் கூட அவரது கண்கள் திரையை விட்டு நகரவில்லை. திரையில் மின்னும் எண்களும், மாணவர்களின் அவசரமும் அந்த இடத்தைப் பரபரப்பாக்கிக்கொண்டிருந்தன. மாணவர்களின்

எண்ணிக்கையைப் பார்த்தபோது, எனக்கான இடம் அன்று அங்கே கிடைப்பது அரிது என்பது புரிந்தது.

ராஷீத்தின் பணி மும்முரமாகத் தொடர்ந்தது. கூட்டம் ஓரளவு கலையும் வரை பொறுமையாகக் காத்திருந்தேன்.

வெள்ளை அங்கியுடன் கம்பீரமாக அமர்ந்திருந்த ராஷீத்தைப் பார்த்தால் இருபதுகளின் தொடக்கத்தில் இருப்பார் என்று தோன்றியது. அவரது கண்கள் திரையில் இருந்தாலும், முகத்தில் புத்துணர்ச்சி குறையாமல் இருந்தது. ஒருவழியாகப் பணிகள் முடிந்து நிமிர்ந்தபோது, மெல்ல அவர் முன்னே சென்று நின்றேன். அத்தனை வேலைப்பளுவுக்குப் பிறகும் அதே மாறாத புன்னகையுடன் என்னை வரவேற்றார்.

‘இந்த மாணவர்களுக்குக் கிடைச்ச மாதிரி எனக்கும் ஏதாவது இடம் இருக்கா?’

முதல் மற்றும் கீழ்த்தளங்களில் படிக்கும் அறைகள் இருக்கின்றன, ஆனால் தற்போது அனைத்தும் நிரம்பிவிட்டன என்று கனிவாகத் தெரிவித்தார்.

ராஷீத் இங்கு பணியில் சேர்ந்து சில மாதங்களே ஆகின்றன. ஒரு அரபியாக இருந்தாலும் இந்தத் தன்னார்வலர் பணி அவருக்கு எளிதில் கிடைத்துவிடவில்லை. பலமுறை நூலக நிர்வாகத்துக்கு விண்ணப்பித்தும் அவருக்குப் பதில் வரவில்லை. ஆனாலும் அவர் விடவில்லை. தொடர்ந்து தன் விருப்பத்தை மின்னஞ்சலில் அனுப்பிக்கொண்டிருந்தார். எதிர்பாராத ஒரு நாளில், அவருக்குப் பதில் வந்தது. மறுநாளே நூலகத்தில் ஆஜராகிவிட்டார். தன்னார்வலராகப் பணியைத் தொடங்கினார்.

சுற்றுச்சூழல் பாதுகாப்பு குறித்துப் பயின்றிருக்கும் ராஷீத், இன்னும் சில மாதங்களில் மேற்படிப்புக்காக ஜெர்மனி செல்லவிருக்கிறார். சக அரபி இளைஞர்கள் அதிநவீனக் கார்களிலும் பொழுதுபோக்குகளிலும் திளைத்துக்கொண்டிருக்கிறார்கள். ஆனால், ராஷீத் புத்தகங்கள் மேல் கொண்ட தீராக் காதலினால் இந்த வரவேற்பறை மேஜையில் அமர்ந்திருக்கிறார்.

சனிக்கிழமைகளில் மட்டும்தான் நூலகம் இவ்வளவு சுறுசுறுப்பாக இருக்கும். மற்ற நாள்களில் ராஷீதுக்கு வேலை அதிகம் இருக்காது.

அப்போது அவருக்கு இருக்கும் ஒரே வேலை, வாசிப்பு. அன்று அவர் மேஜை மேல் ஒரு புத்தகம் இருந்தது. பழைய புத்தகம். அரபி மொழியில் இருந்தது. எழுத்தாளர் பெயர் முகமது அல் மகூட் *(Muhammad al-Maghut)* என்று ஆங்கிலத்திலும் எழுதி இருந்தது.

அதைப் படித்தவுடன், 'உங்களுக்கு அவரைத் தெரியுமா?' என்று கேட்டார். பெயரை மட்டுமே வாசிக்கத் தெரியும் என்று தெரிந்த பிறகு அவரைப் பற்றிப் பேச ஆரம்பித்தார். மகூட், சிரியா நாட்டைச் சேர்ந்தவர். அவரை நவீன அரபுக் கவிதைகளின் தந்தை என்று மத்தியக் கிழக்கின் வாசகர்கள் கொண்டாடுகிறார்கள். அவர் கவிதைகளில் அதிகம் மனித உணர்வுகளும், சுதந்தரத் தாகமும் இருக்கும்.

1946இல் ஃபிரான்ஸிடமிருந்து சிரியா சுதந்தரம் பெற்ற பிறகு அது கனவுகளின் தேசமாக மாறியது. ஆனால், அடுத்த மூன்று ஆண்டுகளில் அங்கு ராணுவப் புரட்சிகள் நடந்தன. அப்போது அதிபர் அதீப் அல்-ஷிஷக்லியின் சர்வாதிகார ஆட்சி நிலவியது. அவரை எதிர்த்து சிரிய சமூக தேசியக் கட்சி பல போராட்டங்கள் நடத்தியது. அதில் முகமது அல் மகூட்டும் இருந்தார். அதற்காக மகூட் 1955இல் 'மஸ்ஸா' சிறையில் அடைக்கப்பட்டார். ஓராண்டு வரை அங்கிருந்தார்.

இருண்ட சிறை அறைகளில் காகிதங்களும் பேனாவும் மறுக்கப்பட்டன. அவர் மனம் தளரவில்லை. கள்ளத்தனமாகப் பெறப்பட்ட சிகரெட் அட்டைகளின் பின்புறம் தனது புகழ்பெற்ற கவிதைகளை எழுதினார். மகூட்டின் கவிதைகளில் ஒருவிதமான கசப்பு இருக்கும். அப்போது அவர் எழுதிய கவிதைகள், முதல் கவிதைத் தொகுப்பான ஹஸன் ஃபை தோ அல்-கமர் *(Huzn fi daw' al-qamar)* புத்தகத்தில் இடம்பெற்றன. இதைத் தமிழில் தோராயமாக 'நிலவொளியில் தெரியும் சோகம்' என்று மொழிபெயர்க்கலாம்.

அவரது கவிதைகள் பெரும்பாலும் எளிய மனிதர்களின் வறுமை, புலம்பெயர்ந்தவர்களின் ஏக்கம், அதிகாரத்திற்கு எதிரான மெல்லிய அங்கதம் ஆகியவற்றைக் கொண்டிருக்கும். 'என் கைகளில் இப்போது கோப்பைத் தேநீர் இருக்கிறது. ஆனால், என் இதயத்தில் ஒரு தேசமே அகதியாகத் தவித்துக்கொண்டிருக்கிறது' என்பது அவரது புகழ் பெற்ற வரிகளில் ஒன்று.

தனக்குப் பிடித்த எழுத்தாளர்களைப் பற்றி யார் பேசினாலும் எந்த மொழியில் பேசினாலும் ஒரே உணர்வுதான் இருக்கும். ராஷீத்திடமும் அது தெரிந்தது. எதிர்காலத்தில் சிறந்த கவிஞராக உருவெடுக்க வேண்டும் என்ற லட்சியத்தைச் சுமந்திருக்கும் ராஷீத், எனக்கு ஒரு கனவு மூட்டையாகவே தெரிந்தார்.

பணி நிமித்தமாக அவர் அடுத்த தளத்துக்கு நகர வேண்டியிருந்ததால் என்னிடம் தொடர்ந்து பேச அவருக்கு நேரம் இல்லை. விடைபெறும்போது ஒரு சிறிய காகிதத்தை நீட்டினார். அதில் ஒரு மின்னஞ்சல் முகவரி இருந்தது.

‘உங்களுக்கும் என்னைப் போலத் தன்னார்வலரா வர ஆசை இருந்தா, இந்த முகவரிக்கு எழுதுங்க. பதில் சீக்கிரம் வராது, கொஞ்சம் பொறுமையாகக் காத்திருங்க. ஆனால் நிச்சயம் ஒருநாள் நூலகம் உங்களை அழைக்கும்,’ எனச் சொல்லி விடைபெற்றார். அவர் கொடுத்தது வெறும் மின்னஞ்சல் முகவரி அல்ல, நூலகத்தை நேசிக்கும் ஒரு மனிதன் எனக்கு வழங்கிய அறிவுத் திறவுகோல்.

27. நவீனத்துவத்தின் சாபம்

சனிக்கிழமைகளில் இருக்கும் அதே கூட்டம் அன்றும் இருந்தது. இருக்கையைத் தேடியபோது கீழ்த்தளப் பொது நூலகத்தின் மூலையில் அமர்ந்திருந்த இளைஞன் ஒருவன் கண்ணில்பட்டான். அவனுக்குப் பக்கத்து இருக்கை காலியாக இருக்க, அதில் இடம்பிடித்து அமர்ந்துகொண்டேன். சில மணிநேரங்களுக்குள் புதியவர்கள் வருவதும், வாசித்து முடித்தவர்கள் கிளம்புவதுமாக இருக்கைகள் மாறிக்கொண்டிருந்தன. ஆனால் அவன் மட்டும் புத்தகங்களுக்கு நடுவே புதைந்து கிடந்தான்.

கருமை படர்ந்த லேசான தாடி, கூர்மையான நாசி, தீர்க்கமான கண்கள் என அந்த இளமைக்கு நடுவே ஒரு முதிர்ச்சி தெரிந்தது. மேஜையில் தஸ்தயெவ்ஸ்கியும், ரூமியும், நவீன அரசியல் வரலாற்று நூல்களும் குவிந்து கிடந்தன. அவன் பெயர் கியான். இரானின் ஷிராஸ் நகரத்தைச் சேர்ந்த, இப்போது துபாயில் முனைவர் பட்டத்திற்காக ஆய்வு செய்யும் மாணவன்.

ஆராய்ச்சி மாணவன் என்றதுமே ஆர்வம் தொற்றிக்கொள்ள, மெல்லப் பேச்சு கொடுத்தேன்.

‘ஒரு இளைஞன் இவ்வளவு புத்தகங்களோட பல மணிநேரம் வாசிக்கிறதைப் பார்க்கவே சந்தோஷமா இருக்கு’ என்றேன்.

'இரானியர்கள் எங்கே போனாலும் புத்தகங்களையும் கவிதைகளையும் சுமந்துட்டுத்தான் போவாங்க' என்று புன்னகையுடன் பேசினான்.

'நிஜமாவா?' என்று என் புருவங்கள் உயர, அவன் தொடர்ந்தான்.

'நாங்க வெறும் இரானியர்கள் மட்டும் இல்ல, பெர்ஷியர்கள். உலகுக்கு நாகரிகத்தையும் கவிதையையும் சொல்லிக் கொடுத்தவங்க. ஆனா இன்னைக்கு நிலைமை வேற. புரட்சிக்கு முந்தைய இரானைப் பற்றித் தாத்தா சொல்லும் கதைகள் உங்ககிட்ட பேசும்போது ஞாபகம் வருது. நீங்க இரானைப் பற்றித் தெரிஞ்சிக்க விரும்பினா சொல்றேன்,' என்றான்.

நான் கேட்க ஆரம்பித்தேன்.

'என் தாத்தா சொன்ன கதைகளை 'ரேசா ஷா பஹ்லவி'யிலிருந்து ஆரம்பிக்கணும். அவர் சாதாரண ராணுவ வீரராகத் தொடங்கி மன்னராக உயர்ந்தவர். இரானை ஐரோப்பாவைப் போல மாற்ற விரும்பினார். மதரஸாக்களுக்குப் பதில் நவீனப் பள்ளிகள், பல்கலைக்கழகங்கள், இரானின் முதல் தேசிய ரயில்வே என அவர் போட்ட அடித்தளம்தான் இரானை ஒரு நவீன தேசமாக மாற்றியது'.

'எல்லாம் செய்தவர் ஒரு வரலாற்றுப் பிழையையும் செய்தார். நவீனத்துவத்தை வலுக்கட்டாயமாகத் திணித்தார். பர்தாவைத் தடை செய்தார். இது இரானின் ஆழமான மத உணர்வு கொண்டவர்களுக்கும் அவருக்கும் இடையே ஒரு விரிசலை உருவாக்கியது.'

'தாத்தாவின் காலத்தில்தான் முகமது மொசாடக் என்றொரு நாயகன் தோன்றினார். 1951இல் பிரதமரான அவர், 'எங்கள் நிலத்திலிருந்து எடுக்கும் எண்ணெய் எங்கள் மக்களுக்குத்தான் சொந்தம்' என்று முழங்கி, அந்நிய நிறுவனங்களிடமிருந்த எண்ணெய்க் கிணறுகளைத் தேசியமயமாக்கினார். துரதிர்ஷ்டவசமாக, வல்லரசுகளின் சூழ்ச்சியால் அந்த ஜனநாயகக் கனவு பாதியிலேயே கருகிப் போனது.'

வல்லரசுகளின் சூழ்ச்சிகள் இன்றும் நடந்துகொண்டிருப்பதை நினைவு கூர்ந்தேன். கியான் உச்சுக்கொட்டிவிட்டு மீண்டும் விட்ட இடத்திலிருந்து தொடங்கினான்.

‘1970களில் தெஹ்ரானை ‘கிழக்கின் பாரிஸ்’ என்று அழைப்பார்கள். நவீனக் கலைகள், உலகத்தரம் வாய்ந்த பல்கலைக்கழகங்கள் என இரான் நவீனத்துவத்தின் உச்சத்தில் இருந்தது. ஆனால் அந்தப் பளபளப்புக்குப் பின்னால் இருந்த மன்னராட்சியின் அடக்குமுறைக்கு எதிராக 1979இல் வெடித்த ‘இஸ்லாமியப் புரட்சியால்’ இரானின் முகம் மாறியது. மாற்றத்தை விரும்பி வீதிக்கு வந்த மக்களுக்குக் கிடைத்தது ரத்தமும் கண்ணீரும்தான்.’

‘அயத்துல்லா கொமேனி தலைமையிலான அந்த மதவாத அரசு அமைந்தவுடன், இசையும் நடனமும் உலகத் திரைப்படங்களும் தடை செய்யப்பட்டன. அறிவுஜீவிகள் சிறையில் அடைக்கப்பட்டனர். ‘மதக் காவலர்கள்’ மக்களின் தனிப்பட்ட வாழ்வைக் கண்காணிக்கத் தொடங்கினர். நவீனத்துவத்தின் உச்சத்தில் இருந்த தேசம் ஒரே இரவில் பல நூற்றாண்டுகள் பின்னோக்கித் தள்ளப்பட்டது. அதுவரை மேற்கத்திய கலாசாரத்தில் திளைத்திருந்த மக்கள் ஒரு மாற்றத்தை விரும்பி வீதிக்கு வந்தார்கள். ஆனால் அந்தப் புரட்சியின் முடிவு அவர்கள் எதிர்பார்க்காத ஒன்றாக முடிந்துவிட்டது’ என்றான்.

மண்ணைப் பற்றிப் பேசும்போது மனிதர்கள் உணர்வுகளின் குவியலாகிவிடுவார்கள். கியானும் அப்படித்தான் மாறினான்.

சட்டென்று உற்சாகமானவன், ‘இன்னைக்கு நீங்க பார்க்கிற இந்த நவீன அமீரகத்தோட வளர்ச்சியில எங்க பங்கும் அதிகம் இருக்கு,’ என்றான்.

‘அதெப்படி?’

‘1970களோட தொடக்கத்துல அமீரகம் உருவானப்போ, இங்கிருந்த பல இரானியக் குடும்பங்களுக்குக் குடியுரிமை வழங்கப்பட்டது. லெஞ்ச் போன்ற இரானியத் துறைமுகங்கள்ல இருந்து வந்த வர்த்தகர்களும் கைவினைஞர்களும்தான் துபாயின் வணிகத்துக்கு அடித்தளம் போட்டவங்க. இரானியர்களோட நேர்மையை மதிச்சு ஷேக் அவங்களை அரவணைச்சுக்கிட்டார். இன்னைக்கு துபாயோட பெரிய வர்த்தகப் பெயர்களுக்குப் பின்னால, அன்னைக்கு இரான் மண்ணுல இருந்து வந்த எளிய மனுஷங்களோட உழைப்பு இருக்கு.’

‘இப்போ இரான்ல சூழல் எப்படி?’

'இன்னைக்கு இரான்ல ரெண்டு உலகங்கள் இருக்கு. வெளிய அரசாங்கம் போர்த்தியிருக்கிற முகமூடி. வீட்டுக்குள்ள நாங்க வாழ்ற நவீன உலகம். இந்த இரட்டை வாழ்க்கை எங்களைச் சோர்வடையச் செய்யுது. 1970கள்ல எங்க முன்னோர்களுக்குக் கிடைச்ச அந்தச் சுதந்தரமான சூழலைத் தேடித்தான் எங்களைப் போன்றவங்க அமீரகம் வர்றோம்' என்றான்.

அமைதியாகக் கேட்டுக்கொண்டிருந்தேன்.

'இங்கிருந்து பார்த்தால் என் நாட்டின் மலைகள் தெரியும். சொந்த மண்ணுக்குத் திரும்ப ஆசை இருக்கிறது. ஆனால் அங்கு நிலவும் தடைகளும் பயமும் எங்களைத் தடுத்து நிறுத்துது. நாங்க இரானியக் குடிமக்களாக இருந்தாலும், எங்களோட சிந்தனைகளுக்கும் கனவுகளுக்கும் அங்கே இடமில்லாமல் போனதுதான் பெரும் சோகம். ஆனா இப்போ எதுக்கும் பயப்படுறது இல்லை. இது பொருளாதாரத்துக்கான போராட்டம் இல்ல. எங்க சமூகத்தோட அடிப்படை ஆன்மாவுக்கான குரல். 'ஜின், ஜியான், ஆசாதி' - அதாவது 'பெண்கள், வாழ்க்கை, சுதந்தரம்' அப்படிங்கிற ஒற்றை முழக்கத்தோட ஒரு முழுத் தலைமுறை இன்னைக்கு வீதிக்கு வந்துடுச்சு.'

'தலைமறைப்பு அணியாததுக்காக ஒரு இளம்பெண் கொல்லப்பட்டப்போ இரானோட ஒவ்வொரு வீடும் கொதிச்சு எழுந்துச்சு. ஆயுதங்கள் இல்லாம வெறும் தலைமுடியைக் காத்துல பறக்கவிட்டு வீதியில நிக்கிற பெண்களோட தைரியத்துக்கு முன்னாடி என்ன செய்ய முடியும்?' என்று பேசியபடியே மேஜையிலிருந்த புத்தகங்களை அடுக்கினான்.

'நேரம் ஆச்சா?'

'ஆமா, இன்னைக்கு சாயங்காலம் என் தங்கச்சிகிட்ட பேசணும். தெஹ்ரான்ல இன்டர்நெட் எப்போ கட் ஆகும்னு தெரியாது. கிடைக்கிற சில நிமிஷங்களாவது அவ குரலைக் கேட்கணும்.'

28. ஆடச் சொல்லாதே

அமீரகத்தின் பாலைவனச் சூழலில் வளரும் குழந்தைகளுக்குப் பல சொகுசுகள் இயல்பாகக் கிடைத்துவிடுகின்றன. குறிப்பாக, எங்கும் நிறைந்திருக்கும் கண்ணாடித் தூய்மையும் தடையற்ற பாதுகாப்பும் அவர்களின் வாழ்வின் ஓர் அங்கமாக மாறிப்போகின்றன.

அவர்கள் வசிக்கும் அடுக்குமாடிக் குடியிருப்பு, பள்ளிக்குச் செல்லும் நவீனப் பேருந்து, வார இறுதியில் அவர்கள் பயணம் செய்யும் சாலைகள், பொதுக் கழிப்பறைகள் கூட ஒரு நேர்த்தியான அழகியலைத் தன்னுள் கொண்டிருக்கும்.

பெற்றோரின் பொருளாதார வசதிக்கேற்ப வீட்டின் சதுர அடியும், வீட்டின் சொகுசும் மாறும். ஆனால் பொது இடங்களில் அவர்கள் அனுபவிக்கும் இந்தத் தடையற்ற ஒழுங்கும் நவீனமும் மாறாது.

பள்ளிப் பருவம் வரை இவர்களுக்குப் பெரிய சிக்கல்கள் ஏதும் தெரிவதில்லை. அமீரகத்தில் இருக்கும் இந்தியப் பாடத்திட்டத்தில் பயிலும் மாணவர்கள், உயர்கல்விக்காக நிச்சயம் ஒருநாள் இந்தியா செல்ல வேண்டியிருக்கும் என்பதை மனதளவில் ஏற்றுக்கொண்டிருப்பார்கள். சிலருக்கு அந்த மாற்றம் தன் வேர்களைத் தேடும் ஒரு புதிய உலகைக் காணும் ஆர்வத்தைத் தரும்.

ஆனால், பலருக்கு அமீரகத்தின் இந்த மென்மையான, பாதுகாப்பான வளையத்தை விட்டு வெளியேறுவது பெரும் கலாசார அதிர்ச்சியை அளிக்கும். மண்ணின் மணம், உறவுகளின் நெருக்கம் எனப் பல காரணங்கள் சொல்லப்பட்டாலும், ஒரு கச்சிதமான கட்டமைப்பிலிருந்து முற்றிலும் மாறுபட்ட இன்னொரு சூழலுக்குத் தன்னைத் தகவமைத்துக்கொள்வது அத்தனை எளிதானதல்ல. பொருளாதாரச் சூழலுக்காகப் பலர் கனத்த இதயத்துடன் அந்த மாற்றத்தைத் தழுவிக்கொள்கிறார்கள்.

அன்று நூலகத்தின் இரண்டாம் தளம் மாணவர்களால் நிரம்பி வழிந்தது. 'குரூப் ஸ்டடி' என்பதன் உண்மையான அர்த்தத்தை இங்குள்ள கண்ணாடி அறைகளில் காண முடியும். வண்ணக் குறிப்பேடுகளும், மடிக்கணினிகளும், ஆங்காங்கே திறக்கப்பட்டிருக்கும் பாடப் புத்தகங்களும் சூழ அந்த அறைகள் பரபரப்பாகக் காட்சியளிக்கும்.

நான் அங்கிருந்த நடைபாதையைக் கடந்து சென்றபோது, பரிச்சயமானது போன்ற ஐந்து இளைய முகங்கள் ஒரு கண்ணாடி அறைக்குள் விவாதித்துக்கொண்டிருப்பதைப் பார்த்தேன். அவர்கள் என்னைக் கடந்து ஓய்வெடுக்க வெளியே சென்றபோதுதான், அந்த முகங்கள் மொழியால் எனக்கு நெருக்கமானவை என்று புரிந்தது. ஜீன்ஸூம் தளர்வான சட்டையும் அணிந்த அந்த இரண்டு இளமங்கைகளும் மூன்று இளைஞர்களும் தமிழிலும் ஆங்கிலத்திலுமாகத் துள்ளலான குரலில் உரையாடிக் கொண்டிருந்தனர்.

மற்ற நால்வரும் அந்த ஒரு நண்பனுக்குத் தெரியாமல் ரகசியமாக கேக் ஒன்றை வரவழைத்திருந்தனர். அரை மணிநேரத்தில் நூலகத்தின் முகப்பில் வந்து சேர்ந்த அந்த கேக்கைப் பெற்றுக்கொண்டு நூலகத்தின் பின்புறமிருக்கும் திறந்தவெளிப் பகுதிக்குச் சென்றனர். அங்கு செயற்கை நீரோடையைப் பார்த்தபடி சிமெண்ட் இருக்கைகள் வரிசையாய் அமைக்கப்பட்டிருந்தன.

திடீரென இரு இளைஞர்கள் ஒரு இளைஞனின் கண்களைப் பின்னாலிருந்து பொத்திக்கொள்ள, இளம் பெண்கள் இருவரும் கேக்கை எடுத்து இருக்கை மீது வைத்தனர். கண்கள் விடுவிக்கப்பட்ட அந்த நொடி, திகைத்துப் போன அந்த இளைஞன் தன் நான்கு நண்பர்களையும் அப்படியே அணைத்துக்கொண்டான். அவனது

ஆனந்தம் ஒருகட்டத்தில் கட்டுக்கடங்காத கண்ணீர்த் துளிகளாய் வெளியேற, அதைச் சட்டென்று தன் சட்டைக் கையால் துடைத்துக்கொண்டான். அருகிலிருந்த இருக்கையில் அமர்ந்திருந்த எனக்கும் ஒரு துண்டு கேக் கிடைத்தது. அந்த இனிப்புச் சுவைக்குப் பின்னால் ஒரு கசப்பான உண்மை ஒளிந்திருப்பதை அவர்களுடன் உரையாடியபோதுதான் உணர்ந்தேன். அது வெறும் கொண்டாட்டம் அல்ல.

அந்த ஐந்து மாணவர்களில் ஒருவன் பொறியியல் படிப்புக்காக இந்தியாவின் ஒரு முன்னணிக் கல்வி நிறுவனத்தில் சேர புனே சென்றிருந்தான். விடுதியில் தங்கிப் படித்த அவனுக்குப் பாடங்களோ, புதிய நண்பர்களோ தடையாக இருக்கவில்லை. ஆனால், 'ராகிங்' என்ற பெயரில் அங்கு மூத்த மாணவர்கள் அரங்கேற்றிய மனிதத் தன்மையற்ற செயல்கள் அவனை நிலைகுலையச் செய்தன. பெற்றோர் பல ஆண்டுகள் அமீரக வெயிலில் கஷ்டப்பட்டுத் திரட்டிக் கட்டிய அந்தப் பெரும் பணத்துக்காக எல்லாவற்றையும் விழுங்கிக்கொண்டு பல நாள்கள் பொறுமையாக இருந்தான். ஆனால், ஒருகட்டத்தில் அவனது மன உறுதி சுக்குநூறாக உடைந்து போனது. இனியும் முடியாது என்ற நிலையில் தன் தந்தைக்கு நள்ளிரவில் குறுஞ்செய்தி அனுப்பினான்.

'மன்னிச்சிடுங்கப்பா... என்னால முடிஞ்சவரைக்கும் பல்லைக் கடிச்சுக்கிட்டு பொறுத்துக்கிட்டேன். ஆனா ஒவ்வொரு ராத்திரியும் தூக்கத்துல இருந்து எழுப்பி ஆடச் சொல்றதும், ஆடைகளைக் கழற்றச் சொல்லி வற்புறுத்துறதும் என்னால தாங்க முடியல. அந்த இருட்டு எனக்கு ஒருவிதமான மரண பயத்தைத் தருதுப்பா. இதையெல்லாம் ஏத்துக்கிற மனநிலை எனக்கு இல்ல. என் மூளை வேலை செய்யல. எனக்கு பயமா இருக்குப்பா...'

அந்தச் செய்தியைக் கண்டதும் பதறிய பெற்றோர், அடுத்த சில மணிநேரங்களில் புனே நோக்கிப் பறந்தனர். மகனை அமீரகம் அழைத்து வந்து விட்டனர். புனேயில் அவன் எதிர்கொண்ட சம்பவங்கள் உளவியல் ரீதியாக அவனைச் சிதைத்திருந்தன.

இப்போது அவனுக்கு இங்கிருக்கும் மணிப்பால் பல்கலைக்கழகத்தி லேயே இடம் கிடைத்துவிட்டது. அவனது பள்ளி நண்பர்களான அந்த மற்ற நால்வரும் அதே வளாகத்தில்தான் படிக்கிறார்கள்.

பழைய கசப்பான நினைவுகளிலிருந்து அவனை மெல்ல மெல்ல மீட்டெடுக்கவும், அவன் மீண்டும் தங்களோடு அதே பழைய துள்ளலுடன் இணைந்ததைக் கொண்டாடவுமே அந்தச் சிறிய கேக் வெட்டப்பட்டது. நான் அங்கிருந்து விடைபெற்றுச் சென்ற பிறகும் அவர்கள் அந்த நீரோடையைப் பார்த்தபடி நீண்ட நேரம் பேசிச் சிரித்துக்கொண்டிருந்தார்கள். அந்தச் சிரிப்பில் ஒரு நண்பனை மரணத்திலிருந்தோ, மீள முடியாத மன அழுத்தத்திலிருந்தோ மீட்டெடுத்த பெரும் நிம்மதி மிளிர்ந்தது.

29. ஓட முடியாதவர்கள்

வசந்த காலம் வந்துவிட்டால் துபாயின் முகமே மாறிவிடும். இதமான சீதோஷ்ண நிலை நகரத்துக்குப் புதிய பொலிவைத் தரும். நூலகமும் அதற்கு விதிவிலக்கல்ல. மாலை நேரங்களில் நூலகத்தின் பின்புறம் பரந்து விரிந்துள்ள புல்வெளியில் வண்ணமயமான 'பீன் பேக்'கள் *(Bean bags)* வரிசையாகப் போடப்பட்டிருக்கும். தூரத்திலிருந்து பார்க்கும்போது அவை சிவப்பு, பச்சை, மஞ்சள் நிறங்களில் பெரிய கூழாங்கற்கள் புல்வெளியில் சிதறிக் கிடப்பது போல மாயத் தோற்றத்தைத் தரும். நீரோடையை ஒட்டி ஆங்காங்கே இரண்டு மூன்று தேநீர்க் கடைகள் திறக்கப்பட்டிருக்கும்.

நூலகத்தின் அமைதிக்குள் மூழ்கி இரண்டு, மூன்று மணிநேரம் தொடர்ந்து வாசிப்பவர்கள், மாலை வேளையில் சற்று இளைப்பாற இங்கு வருவது வழக்கம். இங்கு தேநீர் மட்டுமின்றி, பசியைத் தூண்டும் விதவிதமான சாண்ட்விச்களும் கிடைக்கும். அவற்றை வாங்கிக்கொண்டு பீன் பேக்கில் சரிந்து அமர்ந்து, மெல்ல ஓடும் நீரோடையைப் பார்த்தபடி ரசித்துச் சாப்பிடுவது தனி அனுபவம்.

இங்கு அமைக்கப்பட்டிருந்த உணவகம் பார்ப்பதற்கு ஒரு பெரிய வேனின் நடுவில் வாசல் வைத்தது போலக் காட்சியளித்தது. இங்கு வேலை செய்யும் மரியா, ஃபிலிப்பைன்ஸ் நாட்டைச் சேர்ந்தவர். இந்த வசந்த காலத்தில் மட்டும் உணவகத்தைப்

பார்த்துக்கொள்ள நிறுவனம் அவரை அனுப்பியுள்ளது. மரியா இயல்பிலேயே சுறுசுறுப்பானவர். பெரிய வணிக வளாகங்களின் இரைச்சலுக்கும் பரபரப்புக்கும் பழகிய மரியாவுக்கு இந்த நூலகத்தின் அமைதி ஆரம்பத்தில் ஆச்சரியமாக இருந்தது. இங்கு வருபவர்கள் அனைவரும் உணவருந்துவார்கள் என்று சொல்ல முடியாது. இருப்பினும் மரியா மகிழ்ச்சியுடன் இங்கு பணியாற்றச் சம்மதித்ததற்கு ஒரே காரணம் புத்தகங்கள்.

அவருக்குப் பிடித்த ஃபிலிப்பைன்ஸ் நாட்டு எழுத்தாளரின் பெயர் நான் இதற்கு முன் கேள்விப்படாதது. அவர் பெயர் ஃபிரான்சிஸ்கோ சியோனில் ஜோஸ் (F. Sionil José). இலக்கிய வட்டாரத்தில் 'எஃப். சியோனில் ஜோஸ்' என்று அழைக்கப்படும் அவர், நோபல் பரிசுக்குத் தகுதியானவர் என்று பல தசாப்தங்களாகப் பேசப்பட்டு வந்த ஒரு மாபெரும் ஆளுமை.

மரியா அவரைப் பற்றிப் பேசத் தொடங்கியபோது ஆர்வத்தில் அவர் கண்கள் மலர்ந்தன. மரியாவைப் போன்ற எளிய வாசகர்களுக்கு ஜோஸ் வெறும் எழுத்தாளர் மட்டுமல்ல, ஒரு சமூகப் போராளி. அவருடைய ஒவ்வொரு சொல்லும் ஓர் ஆயுதம், ஒவ்வொரு கதையும் ஒரு புரட்சி.

ஃபிலிப்பைன்ஸ் வரலாற்றில் நிகழ்ந்த நூறு ஆண்டுகாலச் சமூக மாற்றங்களையும், காலனித்துவ ஆதிக்கத்துக்கு எதிரான மக்களின் போராட்டத்தையும் 'ரோசாலேஸ் சாகா' (The Rosales Saga) என்னும் தனது ஐந்து நாவல்களில் அவர் மிகத் துல்லியமாக ஆவணப்படுத்தியுள்ளார். ஜோஸின் எழுத்து நடை மிக எளிமையானது. அவர் சிக்கலான இலக்கிய வித்தைகளை ஒருபோதும் கையாளுவதில்லை. 'நான் பல்கலைக்கழகப் பேராசிரியர்களுக்காக எழுதவில்லை, சாதாரண மக்களுக்காகவே எழுதுகிறேன்' என்பது அவர் அடிக்கடி சொல்லும் கூற்று. அவரது வாக்கியங்கள் சுருக்கமானவை, விவரணைகள் நேரடியானவை. ஆனால் அவை வாசகர்களின் மனதில் ஏற்படுத்தும் தாக்கம் மிக வலிமையானது.

அவரது 'த்ரீ ஃபிலிப்பினோ வுமன்' (Three Filipino Women) புத்தகத்தில் உள்ள கதைகள் மொத்தம் நாற்பது அல்லது ஐம்பது பக்கங்களே இருக்கும். எனினும் அவை ஒரு முழு வாழ்க்கையையும், ஒரு குறிப்பிட்ட காலகட்டத்தையும் நம் கண்முன் தத்ரூபமாக

நிறுத்துகின்றன. மணிலாவின் எர்மிடா பகுதியில் அவர் 'சோலிடாரிடாட்' என்ற புத்தகக் கடையை நடத்தி வந்தார். அது வெறும் வியாபாரத் தலமல்ல, அறிவுஜீவிகளும் போராளிகளும் கூடிப் பேசும் புரட்சிக் கூடாரமாகவும் இருந்தது.

1972இல் அப்போதைய ஃபிலிப்பைன்ஸ் அதிபர் ஃபெர்டினாண்ட் மார்கோஸ் நாட்டில் ராணுவ ஆட்சியை அறிவித்தார். ஜனநாயகத்தை முழுமையாக முடக்கி, அடக்குமுறைக்கு எதிராகக் குரல் கொடுத்த பத்திரிகைகளைத் தடைசெய்தார். மார்கோஸை எதிர்ப்பவர்கள் யாராக இருந்தாலும் அவர்கள் வேட்டையாடப்பட்ட காலம் அது. ஜோஸ் எழுதிய 'மாஸ்' நாவல் அந்தச் சர்வாதிகார அடக்குமுறைகளைப் பற்றியது. அந்தப் பயங்கரமான ஆட்சிக் காலத்தில் பல எழுத்தாளர்கள் உயிருக்கு அஞ்சி நாட்டை விட்டு ஓடினர். ஆனால் ஜோஸ் அங்கேயே தங்கித் தன் கடையைத் திறந்து வைத்திருந்தார். அவரது பத்திரிகையும் தொடர்ந்து வெளியானது.

'எழுத்தாளர்கள் தங்கள் நாட்டை விட்டு ஓட முடியாது. மக்களின் வலிகளை ஆவணப்படுத்துவதே எங்கள் முதன்மையான பணி' என்று அவர் துணிச்சலுடன் முழங்கினார். தனது தொண்ணூற்று ஏழாவது வயது வரை ஒரு கணம் கூடத் தொய்வின்றித் தொடர்ந்து எழுதிய ஜோஸ் 2022இல் மறைந்தார்.

ஜோஸின் மறைவுக்குப் பின் ஃபிலிப்பைன்ஸ் இலக்கிய உலகம் இரண்டாகப் பிரிந்து நின்றது. ஒருதரப்பினர் அவரை ஏழை எளியவர்களுக்காகக் குரல் கொடுத்த மாபெரும் மனிதராகக் கொண்டாடினர். மறு பிரிவினர் அவர் பெண்ணியத்தைப் புரிந்துகொள்ளாத ஆணாதிக்கவாதி என்று விமர்சித்தனர். அவரது பெண் கதாபாத்திரங்கள் பெரும்பாலும் பாதிக்கப்பட்டவர்களாகவும் பலவீனமானவர்களாகவும் சித்தரிக்கப்பட்டதே இத்தகைய விமர்சனங்களுக்குக் காரணமாக அமைந்தது.

உண்மை இந்த இரண்டுக்கும் இடையில் எங்கோ இருக்கலாம். ஜோஸ் அவர் வாழ்ந்த காலத்தின் பிரதிபலிப்பு. அவரிடம் சில வரம்புகள் இருந்திருக்கலாம். ஆனால் ஃபிலிப்பைன்ஸ் இலக்கியத்துக்கும், அந்த நாட்டு மக்களின் விடுதலை உணர்வுக்கும் அவர் ஆற்றிய பங்களிப்பை யாராலும் மறுக்க முடியாது.

மரியா சொன்ன இந்தத் தகவல்கள் என்னைப் பிரமிக்க வைத்தன. நான் வாசிக்க வேண்டிய புத்தகங்களின் பட்டியலில் ஜோஸின் *'Three Filipino Women'* புத்தகத்தை மரியா முதலிடத்தில் வைக்கும்படி செய்துவிட்டார். அந்த மாலை நேரத் தேநீருடன் ஃபிலிப்பைன்ஸ் நாட்டின் புரட்சிகரமான வரலாற்றையும் பருகிய உணர்வு எனக்குள் எழுந்தது.

30. ஒரு கோப்பை மகிழ்ச்சி

நூலகத்தின் கீழ்த்தளத்தில் ஒரு மூலையில் சிறிய மேஜை இருக்கும். அதன் மேல் இரண்டு பெரிய வெப்பக் குடுவைகளும் காகிதக் கோப்பைகளும் அடுக்கப்பட்டிருக்கும். வெள்ளைச் சட்டை, கையில்லாத கறுப்பு நிற அங்கி அணிந்த ஒருவர் அங்கு வருபவர்களுக்கு ‘காவா’ வழங்கிக்கொண்டிருப்பார். பால், சர்க்கரை ஏதுமற்ற இந்த அரபிக் காபியின் வாசனையும் கசப்புச் சுவையும் உடலுக்கும் மனத்துக்கும் புத்துணர்ச்சி தரும்.

அன்று நானும் காவா குடிக்கச் சென்றேன். பரிமாறுபவர் பொன்னிற வேலைப்பாடுகள் கொண்ட குடுவையை எடுத்து, மிகச் சிறிய காகிதக் கோப்பையில் சுடச்சுட காவாவை ஊற்றினார்.

அதைப் பருகத் தொடங்கியபோது, ‘மலையாளியானோ?’ என்று கேட்டார்.

‘அல்ல, தமிழ். பட்சே கொறைச்சு மலையாளம் அறியும்’ என்று எனக்குத் தெரிந்த மலையாளச் சொற்களை வெட்டி ஒட்டிப் பதில் சொன்னேன். நான் தமிழ் என்று தெரிந்ததும் அவருக்கு உற்சாகம் கூடிவிட்டது. சரளமாகத் தமிழில் பேச ஆரம்பித்தார்.

அவர் பெயர் முகமது குட்டி. இந்த வேலையில் சேர்ந்து ஆறு மாதங்கள் ஆகின்றன. பள்ளிப் படிப்புடன் கல்வியை நிறுத்திக்கொண்டவர். அவரது தந்தை முப்பதாண்டுகள் ஒரு

அரபியிடம் ஓட்டுநராகப் பணியாற்றினார். விசுவாசமான தந்தையை முதலாளிக்குப் பிடிக்கும். முப்பதாண்டு உழைப்புக்குப் பின் முதலாளியே வற்புறுத்தி அப்பாவை ஊருக்கு அனுப்பி ஓய்வெடுக்கச் சொல்லியிருக்கிறார்.

தந்தை ஊர் திரும்பியதும் சில நாள்கள் மகிழ்ச்சியாகவே கழிந்தன.

‘பையன் ஒழுங்கா படிக்கலையே, படிச்சிருந்தா அவனுக்கு ஒரு வேலையை வாங்கி துபாய்க்கு அனுப்பி இருக்கலாமே’ என வருத்தப்பட்டிருக்கிறார். தன் பழைய முதலாளியிடமும் குறுஞ்செய்திகள் மூலம் அவ்வப்போது புலம்பியிருக்கிறார். ஒருநாள் காலைத் தொழுகைக்காகப் பள்ளிவாசல் சென்றவர், அங்கேயே இறைவனடி சேர்ந்தார். அப்பாவைப் பற்றிய நினைவுகளைச் சொல்லும்போது முகமது குட்டியின் முகத்தில் உதடுகளும் கண்களும் சுருங்கின.

‘காலேஜ் முடிச்சிருக்கலாமே?’ என்று கேட்டேன்.

‘படிப்பு ஏறல மேடம். ரொம்ப ட்ரை பண்ணேன்.’

‘இந்த வேலை எப்படி கிடைச்சது?’

‘எல்லாம் எங்க அப்பாவோட முதலாளியாலதான். அப்பா தவறி நாற்பதாவது நாள் விசா அனுப்பிட்டாரு. அப்பா பேச்சைத்தான் கேட்கல, அவரோட முதலாளி பேச்சையாவது கேட்டு உருப்படுவோமேன்னு தோணுச்சு. அதான் வாய்ப்பைத் தவறவிடாம உடனே இங்க கிளம்பி வந்துட்டேன்.’

‘இதே வேலைதானா, இல்ல வேற ஏதாவது பண்றீங்களா?’ என்று கேட்டேன்.

டிரைவிங் லைசன்ஸ் வாங்கப் பணம் சேர்ப்பதைப் பற்றிச் சொன்னார். கையில் சில லட்சங்கள் இல்லாமல் துபாயில் டிரைவிங் கற்றுக் கொள்ள முடியாது. அதற்காகப் பதிவு செய்யும்போது ஆயிரம் திர்ஹாம் கட்ட வேண்டும். அதாவது இருபத்தைந்து ஆயிரம் ரூபாய் செலவு. அதற்குப் பிறகு ஒவ்வொன்றுக்கும் காசு.

சாலையில் கற்றுக்கொள்ள ஆரம்பிக்கும் முன் சாலை விதிகளைத் தெரிந்துகொள்ள வேண்டும். அதற்கு ஒரு ஆன்லைன் பரீட்சை உண்டு. அதில் தேர்ச்சி பெற்றுவிட்டால் பார்க்கிங். அதிலும் தேர்ச்சி பெற்ற பிறகுதான் வண்டியைச் சாலைகளில் கற்றுக்

கொள்ள முடியும். முதலில் இருபது வகுப்புகளுக்குப் பணம் கட்ட வேண்டும். அதற்கு மூவாயிரம் திர்ஹாம் ஆகும். எழுபதாயிரம் ரூபாய். இப்படியான பல இத்யாதிச் செலவுகள் உண்டு.

அமீரகத்தில் ஒரே தேர்வில் வண்டியைச் சரியாக ஓட்டி, லேன் மாற்றி, பார்க்கிங் செய்து ஓட்டுநர் உரிமம் கிடைப்பது அரிது. ஒவ்வொரு முறை தேர்ச்சி பெறாதபோதும் மீண்டும் மீண்டும் கற்றுக்கொள்ள வேண்டும். சிலருக்கு அது புதருக்குள் சென்று மாட்டிக் கொண்ட கதையாகிவிடும். எருமை போல் மனமும் உடலும்தயாராக இருக்க வேண்டும்.

சில லட்சங்கள் செலவு செய்வதற்குப் பதில் சில ஆயிரங்களை இங்கிருக்கும் அலுவலரிடம் கொடுத்து வேலை முடித்துக் கொள்ளலாம் என்றால் சந்தேகமின்றிக் கம்பி எண்ண வேண்டி இருக்கும்.

எல்லாம் கடந்து இங்கு ஒருவர் ஓட்டுநர் உரிமம் வாங்கி வெளியே வரும்போது, அவர் ஜென் நிலையை எட்டி இருப்பார். பத்து வருடம் கழித்து உரிமம் கிடைத்த கதைகளும் இங்குண்டு.

இதையெல்லாம் முகமது தெரிந்து வைத்திருந்தார். இன்னும் ஆறு மாதம் அவர் கணக்குப் போட்டபடி பணம் சேர்ந்துவிட்டால் பதிவு செய்துவிடலாம்.

துபாயில் வேலை தேடும்போது டிரைவிங் லைசன்ஸ் இருந்ததென்றால் முன்னுரிமை கிடைக்கும். முகமதுவின் திட்டமிடல், வாழ்க்கையில் அடுத்த கட்டத்துக்கு அவரை நகர்த்திச் செல்லும் என்பதில் சந்தேகமில்லை.

எங்கள் உரையாடல் புத்தகங்களின் பக்கம் திரும்பியது.

'புத்தகம் வாசிக்கிற பழக்கம் இருக்கா முகமது?'

'படிப்புதான் ஏறலையே தவிர வாசிப்பு பிடிக்கும் மேடம். மலையாளத்துல எம்.டி. வாசுதேவன், வைக்கம் பஷீர் புத்தகங்கள் எல்லாம் படிச்சிருக்கேன்' என்றார்.

எனக்குப் பிடித்த பஷீரின் பெயரைக் கேட்டதும் உற்சாகமானேன். 'பஷீரை எனக்கும் பிடிக்கும். 'பால்யகால சகி' படிச்சிருக்கீங்களா?' என்றேன். உடனே அவர் 'அனர்க்க நிமிஷம்' உள்ளிட்ட தான் வாசித்த புத்தகங்களைப் பற்றிப் பேசினார்.

‘அப்படீன்னா இங்கிருக்கும் மலையாளப் புத்தகங்களைத் தேடிப் படிக்கலாமே?’ என்றேன்.

பலர் புத்தகங்களைக் கொடுத்திருப்பதாகவும், அவை இன்னும் அடுக்குகளில் வைக்கப்படவில்லை என்ற கூடுதல் தகவலும் கிடைத்தது.

நானும் எழுத்தாளர் என்று தெரிந்துகொண்டவர், ‘இங்கேயே இருங்க வரேன்’ என்று சொல்லிவிட்டுச் சென்றார்.

அங்கு வேலை செய்யும் அரபியின் பிறந்தநாளுக்குக் கிடைத்த கேக்குடன் திரும்பி வந்தார்.

‘எழுத்தாளரைச் சும்மா அனுப்ப முடியுமா?’ என்று சொல்லிச் சிரித்தார்.

ஷார்ஜா புத்தகக் காட்சியில் மலையாள எழுத்தாளர்கள் எப்படிக் கொண்டாடப்படுகிறார்கள் என்பது நினைவுக்கு வந்தது. ஒரு சிறிய கோப்பை காவாவுக்காகச் சென்ற என் மனமும் நிறைந்தது.

★★★

திருக்கோவிலூரில் பிறந்த நஸீமா ரஸாக், துபாயில் குடும்பத்துடன் வசிக்கிறார். சிற்றிதழ்களில் இவரது கவிதைகள் பிரசுரம் ஆகியுள்ளன. 2018ஆம் ஆண்டு, 'என்னைத் தேடி' என்ற குறுநாவலை வெளியிட்டார். அதனைத் தொடர்ந்து, 'தளிர்' நாவல் வெளிவந்தது. ஆகமொத்தம் இதுவரை பதினொரு நூல்கள் வெளிவந்துள்ளன.

மெட்ராஸ் பேப்பர் இணைய இதழ் ஆசிரியர் பா.ராகவனுடன் பயணிக்கும் வாய்ப்பு இவருக்குக் கிடைத்தது. தற்போது மெட்ராஸ் பேப்பர் உதவி ஆசிரியராக இருக்கும் இவர், வசிப்பது துபாயில். வாழ்வதோ எழுத்தில்.

www.ingramcontent.com/pod-product-compliance
Lightning Source LLC
Chambersburg PA
CBHW031352230926
51848CB00002B/487